KALE YA WASHAIRI WA PEMBA

Kamange na Sarahani

ABDURRAHMAN SAGGAF ALAWY
ALI ABDALLA EL-MAAWY

Mhariri
Abdilatif Abdalla

MKUKI NA NYOTA
DAR—ES—SALAAM

Kimechapishwa na:
Mkuki na Nyota Publishers Ltd, Nyerere Road, Quality Plaza Building,
www.mkukinanyota.com
S.L.P. 4246, Dar es Salaam, Tanzania

ISBN 978-9987-08-085-4

YALIYOMO

KAMANGE

Kilio cha Kifo cha Kamange

SARAHANI

SHUKURANI

Wa kwanza kumshukuru ni babangu, *Sayyid Hassan bin Naswiri,* maarufu kwa jina la Mwinyi Alawy, ambaye alijishughulisha kukusanya mashairi, kwa kunirithisha na mimi hamu hiyo. Mwinyi Alawy alikufa mwaka 1941.

Bwana Abdalla bin Sheikh al-Mafazy, aliyekuwa akiishi Wasini, Kenya. Alikuwa na sauti nzuri ya kuimba mashairi na tenzi, na watu wakifurahi kumsikiza. Vile vile alikuwa msimuliaji hodari wa hadithi. Alikufa Wasini, Kenya, tarehe 23 Julai,1960.

Sayyid Kasim bin Muhammad bin Twahir, wa Wasini. Bwana huyu alikuwa na bongo lililohifadhi mashairi mengi ya wakati wake. Kutoka kwake nilipata nakala za baadhi ya mashairi yaliyomo humu, kadhalika na maelezo juu ya mashairi mengine kadhaa. Alisuhubiana na Sheikh Salim bin Ali al-Mundhiry, aliyekuwa Mudiri wa Wete Pemba, na kunakili mashairi mengi kutoka kwake. Alikufa Wasini mwaka 1968.

Sayyid Abbadi bin Muhammad, aliyekuwa Kadhi wa Wasini, kwa kunisaidia kuyasahihisha baadhi ya mashairi na sababu za kutungwa kwake. Alikufa kwao, Wasini, mwaka 1990.

Sheikh Fahmy bin Mbarak Ali Hinawy, wa Mombasa, kwa msaada wake wa kuitafiti lugha ya Kipemba cha kale, na pia kwa maelezo yake yaliyonisaidia sana katika kuyaelewa baadhi ya mashairi yaliyomo humu, pamoja na kunionyesha baadhi ya nyaraka za babake kuhusu mashairi ya Pemba na historia zake. Alikufa Mombasa tarehe 15 Aprili, 1991.

Sheikh Muhammad bin Abibakri al-Maamiry, kwa maelezo juu ya baadhi ya mambo katika maisha ya Kamange. Alikufa Wasini tarehe 9 Januari, 1991.

Sheikh Muhammad bin Said al-Amawy, kwa msaada wake mkubwa kuhusu lugha ya Kipemba na lahaja nyenginezo. Alikufa mwaka 1990.

Bi Skweya binti Kombo, kwa msaada wake wa kunipa mashairi, ambayo watu wengine walioshughulika na mashairi ya Pemba ya wakati huo, hawakuwa nayo. Bibi huyu alikuwa mjuzi wa mambo kadha wa kadha kuhusu ushairi wa Kiswahili wa zamani, na alikuwa ni mfano mzuri kwa wanawake wenziwe. Alikufa tarehe 12 Agosti, 1986.

Sheikh Seif bin Akida bin Ahmad al-Mauly, wa Vanga. Yeye alikuwa mshairi; na pia alikusanya mashairi mengi ya Kivumba, ya Kipemba na ya Mrima na akiweza kulieleza shairi na hadithi yake. Alikufa Vanga mwaka 1973.

Sheikh Zahor bin Said al-Mazrui, wa Vanga, kwa msaada wake wa mashairi aliyokuwa ameyahifadhi kwa moyo. Pia alikuwa amehifadhi mambo mengi kuhusu washairi wa kale na habari nyingi kuhusu utawala wa kikoloni wa Wajerumani Tanganyika. Alikufa Vanga mwaka 1973.

Mwana Aliya binti Turki bin Aly, wa Wasini: Bibi huyu nilikuwa nikimrejelea sana kwa baadhi ya mashairi ya zamani na ya karibuni yaliyotungwa Wasini. Alikuwa na hifadhi kubwa ya habari za washairi wa Wasini na waVanga. Alikufa Mombasa, mwaka 1987.

Mwana Fatima binti Hemed, wa Wasini. Bibi huyu nilikuwa nikimrejelea kwa mashairi ya Pemba na mashairi ya babake, Sheikh Hemed bin Abdalla (Majambo); na alikuwa ni miongoni mwa wanawake wenye ujuzi wa mambo kadha wa kadha. Alikufa Wasini tarehe 19 Februari, 1990, akiwa na umri wa zaidi ya miaka mia moja.

Sheikh Finga bin Chano, wa Wasini. Huyu alikuwa ni mwanachuoni, aliyesoma kwa Sheikh Said bin Ahmad wa Vanga. Sheikh Finga alipitisha maisha yake yote ya utuuzimani kwa kutwalii na kusomesha watu msikitini. Nilikuwa nikimrejelea kwa mashairi ya Kipemba. Alikufa Wasini mwaka 1968.

Maalim Shee bin Fumo al-Baury (Mkubwa) wa Wasini: Huyu alikuwa ni miongoni mwa marafiki zake babangu, Mwinyi Alawy. Alikuwa akija sana barazani kwa Mwinyi Alawy. Baada ya Mwinyi Alawy kufa akawa kila mara akija nyumbani kwa Majari binti Kheri (nilikokuwa nikikaa). Kila tulipokutana, uzungumzi wake wote ulikuwa ni juu ya washairi wa kale wa Pemba na mashairi yenyewe. Akimpenda zaidi Sarahani kuliko washairi wengine kwa sababu ya fasaha ya mashairi yake. Nikiliwazika mno alipokuwa akinisomea shairi lolote la Sarahani. Hifadhi yake kuhusu mashairi ya Kipemba ilikuwa kubwa sana. Vile vile alinipa faida nyingi kutokana na mashairi niliyoyarithi kutoka kwa babangu.

Sheikh Isa bin Muhammad al-Maamiry wa Wasini. Huyu pia alikuwa ni katika marafiki zake Mwinyi Alawy. Naye pia akishughulika na mashairi ya Kipemba ya zamani na yeye na Mwinyi Alawy wakipitisha wakati mwingi katika mazungumzo ya mashairi hayo. Baada ya Mwinyi Alawy kufa, mimi naye tuliendelea kujishughulisha na mashairi hayo, na nikawa nikipata faida kubwa kutoka kwake. Alikufa tarehe 11 Aprili, 1967.

Sheikh Muhammad bin Mshihiri (Asad) wa Wasini. Yeye alikuwa ni mshairi wa Kivumba. Alidiriki siku za kwanza kubishana kwa mashairi na Sayyid Muhammad bin Nasir na vilevile kushindana na Bwana Abubakar bin Shee na pia Mwinyi Alawy. Kutoka kwake nilipata maarifa makubwa kuhusu mashairi na washairi wa Pemba.

Na kuna wengi wengine walionisaidia, na ambao sikuwataja kwa majina. Wote nawashukuru sana, na malipwa yao yako kwa Mwenyezi Mungu.

Abdurrahman Saggaf Alawy

DIBAJI

Pemba ni kisiwa kikubwa pwani ya Afrika Mashariki. Kabla ya muungano wa Zanzibar na Tanganyika, tarehe 26 Aprili, 1964, na muungano huo kujulikana kwa jina la Tanzania, Pemba kilikuwa ni sehemu ya dola ya Zanzibar. Wenyeji wake ni Waswahili, wajulikanao zaidi kwa jina la Wapemba na ni Waislamu. Maisha yao yanategemea ukulima haswa wa karafuu na minazi. Ardhi yake ina rutuba sana na hakukosekani mvua. Kwa ajili hiyo, makulima yake ni ya mwaka wote na yatoa kila aina ya vyakula na matunda.

Kale ya Pemba ni kale ya Waswahili na mazingira yao. Hayo ndiyo yaliyozalisha haya tuliyonayo katika hizi zama za sasa, na pia mabadiliko yaliyowaingilia Waswahili kwa ajili ya kuchanganyika na jamii nyengine. Kale hiyo, kama ilivyo kale ya miji mengine ya Kiswahili, iliandikwa na waliotangulia na ikapotea katika mikono ya wakusanyaji wa kigeni, au kupotea kwa ajili ya kutodhibitiwa na kutopatikana uchapishaji. Ile iliyotufikia, baadhi yake kubwa ni ile iliyoandikwa kutokana na mazungumzo, ngano na hususwa nyimbo, tenzi, na mashairi. Amma mashairi ndiyo zaidi yaliyotufungulia dirisha la kuyaona mazingira ya watu wa kale na mawazo yao.

Pia maandishi ya kale ya lugha ya Kiswahili yalitufikia kutokana na vitabu vya dini vilivyoandikwa au kufasiriwa kutoka lugha ya Kiarabu,[1] na mashairi. Hata hivyo, kale hii siyo ile kale ya kabla ya 1150 AD, ijulikanayo ushairi wake kwa ajili ya tungo za Fumo Liyongo wa Baury.[2] Kabla yake lazima kulikuwa na washairi wa Kiswahili ambao mila na adabu, elimu na mambo yao ndiyo yaliyosababisha kuzaliwa mtu kama yeye Liyongo na vitendo vyake.

Ushahidi wa kihistoria waonyesha wazi kuwa pwani ya Afrika Mashariki kulikuwa na Waswahili kabla ya kuzaliwa Nabii Isa, na athari zao zilionekana na wasafiri na wahamiaji waliokuja katika sehemu hizi kabla ya Uislamu, na baada yake. Pia historia hiyo hiyo yaonyesha kuwako kwa wasafiri na wafanyaji biashara wa kienyeji, waliotokana na nchi zenye utawala wake na wenye utamaduni uliofanana na ule uliokuwako katika Uhabeshi na Misri. Kama haikuwa hivyo, mfalme wa Misri, Ptalomy (308-246 BC), hangeona haja ya kuweka wawakilishi wake Somalia (Punt).

Basi wenyeji hao walikuwa na lugha yao. Na mpaka hivi sasa hapana dalili yoyote ithibitishayo kuwa lugha hiyo haikuwa ni hii ambayo leo yaitwa Kiswahili – kama ambavyo hakuna la kuvunja kuwa kaskazini mwa Pwani ya Afrika ya Mashariki

---

[1] Kwa mfano, tafsiri ya *Tabaraka Dhul-ulaa* kwa Kiswahili, n.k.
[2] Kwa mfano, tizama *Takhamisa ya Liyongo*, katika Edward Steere, *Swahili Tales*, London, 1870; na The Liyongo Working Group, *Liyongo Songs: Poems Attributed to Fumo Liyongo*, Rüdiger Köppe Verlag, Köln, 2004.

kulikuwa na Kisomali na Kihabeshi. Utamaduni wa aina hiyo lazima ulikuwa na mafungamano makubwa na nchi za jirani na za kando ya Bahari ya Hindi - tokea Uchina mpaka nchi za Uarabuni na Misri[3]. Na hapana ajabu yoyote utamaduni kama huo kuzaa watungaji kama Fumo Liyongo, na hata bora kuliko yeye. Na hapana pingamizi zozote za kuwapinga watu kama hao na lugha yao kuathirika na mambo mbalimbali ya majirani zao na watu wengine walioshirikiana nao. Kuchanganyika kwao na watu wa tamaduni nyengine hakuwazuilii watu hao kuitwa kwa jina la Waswahili na lugha yao kuitwa Kiswahili – lugha ambayo waandishi wengine walipendelea kuiita "Kingozi" na kusema kwamba ndiyo lugha ya kikale. Mategemeo ya kauli yao hiyo ni *Utenzi wa Hamziya,* tafsiri ya utungo wa Kiarabu, *Ummul-Quraa,* iliyofanywa na Sayyid Aidarus bin Athman katika mwaka 1749. Lakini mategemeo hayo si madhubuti, kwa sababu mbili:

Kwanza, kihistoria, karne ya kumi na nane ni karibu sana, haswa tuzingatiapo ushahidi wa aliyoyasema Al-Idrisi (1100-1166) na Ibni Batuta (1304–1369) katika safari zao za Pwani ya Afrika ya Mashariki. Pia maelezo ya Abul-Mahaasin (1411 - 1470), kuwa Al-Maqrizi alikutana na Kadhi wa Mombasa huko Makka, na kwamba Kadhi huyo alikuwa ni msomi na mwanachuoni wa kutoka Pwani ya Afrika Mashariki, yenye lugha ya Kiswahili.

Pili, tukilinganisha lugha ya utungo wa Fumo Liyongo,ujulikanao kwa jina la "Kijakazi Sada", tutaona kuwa lugha yake ilikuwa nyepesi kuliko ile aliyoitumia Sayyid Aidarus katika *Utenzi wa Hamziya.* Hata twaweza kusonga karne ya kumi na tisa na karne ya ishirini na tukayapata mashairi yenye lugha ya kale zaidi na ngumu zaidi kuliko ile iliyomo katika "Kijakazi Sada". Kwa mfano, katika baadhi ya mashairi ya kina Muyaka bin Haji (1776-1840),[4] Ahmad Sheikh Nabhany (1927-)[5] na Ahmad Nassir Juma Bhalo (1936-),[6] na wenzao, pia mtindo huo wadhihiri.

Kwa mafunzo na mazungumzo yaliyokuwa yakisimuliwa na wazee wa Lamu, Kingozi ilikuwa ni lahaja iliyotokana na Wangozi. Hawa walikuwa ni Waswahili waliotoka kaskazini ya Lamu. Kwa sababu fulani wakakimbilia Lamu, ambayo zama hizo ikiitwa Kiwa-Ndeu. Wazee hao waeleza kwamba Wangozi walitaka wapewe ardhi ya kuishi hapo Lamu, amma kwa ujira au kwa kununua, au kwa bure. Na Wakiwa-Ndeu nao wakawashurutisha kukata ukanda kutokana na ngozi ya ng'ombe, kisha ukanda huo upimiwe mapana na marefu ya ardhi

---

[3] Shihabuddin Chiraghdin, "Kiswahili na Wenyewe" na "Kiswahili Tokea Ubantu Hadi Ki-Standard", katika *Kiswahili,* Toleo 44/2, Jarida la Taasisi ya Uchunguzi wa Kiswahili, Chuo Kikuu cha Dar es Salaam, 1974.

[4] William Hichens, *Diwani ya Muyaka,* Witwatersrand University Press, Johannesburg, 1940. Pia Mohamed H. Abdulaziz, *Muyaka: Swahili Popular Poetry of the Nineteenth Century,* Kenya Literature Bureau, Nairobi, 1979.

[5] Ahmad Sheikh Nabhany, *Umbuji wa Mnazi,* (mhariri: Ali Abdalla El-Maawy), East African Publishing House, Nairobi, 1985.

[6] Ahmad Nassir, *Malenga wa Mvita,* Oxford University Press, Nairobi, 1974; au Ahmad Nassir, *Taa ya Umalenga,* (mhariri: Abdilatif Abdalla), Kenya Literature Bureau, Nairobi, 1982. Pia tizama Ahmad Nassir bin Juma Bhalo, *Poems From Kenya: Gnomic Verses in Swahili,* (mhariri: Lyndon Harries), Wisconsin, 1966.

yao. Wangozi walifanya uerevu, wakachinja ng'ombe mkubwa na wakakata ukanda mwembamba kuanzia mwanzo wa ngozi na kuzunguka mviringo mpaka kumalizikia katikati. Wakapata ukanda mrefu, na ardhi waliyopimiwa ikawa ni kubwa. Kwa ajili hii, walioishi katika ardhi hiyo wakaitwa Wangozi, na lugha yao ikaitwa Kingozi. Wazee na mashekhe waliosomesha Lamu, walikiita Kiswahili cha zamani kwa jina la Kikae (Kikale). Kwa hivyo Kikae na Kingozi ni Kiswahili, na ndimi zake hazisababishi au kutoa dalili za kutokuweko Kiswahili zama hizo.

Kwa upande mwengine, hapajawa na utafiti kamili kuhusu neno "Swahili". Limekatiwa shauri tu kuwa lilitokana na neno la Kiarabu *saahil*, yaani "pwani", na ilihali si lazima iwe hivyo. Kwani haiwezekani kwamba neno hili lalingana zaidi na neno la Kiarabu liitwalo *suhayl* au lile la *sawahil*? Yote mawili yawezekana; kwa sababu *suhayl* lina maana ya kusini ya Bara Arabu, na *sawaahil* lina maana ya upwa au pwaa za bahari. Pia huja ya kwamba neno hili *saahil* limo katika Qur'ani,[7] "*alyammu bis-saahil*", si dalili ya kwamba ni lazima kuwa ni neno la Kiarabu. Kwa mfano, katika Qur'ani kuna neno *sijjiyl*,[8] ambalo latokana na lugha ya Kifursi, izungumzwayo katika nchi ambayo hivi leo yaitwa Iran. Vilevile, jina *saahil* liko Libnani (Lebanon), na yasemekana kuwa ni jina la mji uliokuwa ukiitwa "Saahili-alma", uambiwao kuwa ulikuwako kale sana kabla ya uandikaji wa historia. Misri pia kulikuwa na kijiji kikiitwa "Saahilis-sayliyn". Nyakati hizo za kale, Bara Arabu lilikuwa bado halijakuwa na uwezo wa kuweka athari ya lugha yake juu ya miji. Basi ni wazi kuwa wataalamu, haswa wa Kizungu, walilichukulia sahali jambo hili, kwamba ati neno hili lina asili ya neno la Kiarabu. Na matokeo yake yakawa ni kuyababaisha mawazo ya wafuasi wao. Swala la ni nani aliyeiita lugha hii "Kiswahili", na wenye lugha hii kuwaita "Waswahili" na utamaduni wao kuuita "Uswahili", ni swala lihitajilo utafiti zaidi; kwa sababu wazee wote wa hii sehemu ya Pwani ya Afrika ya Mashariki yenye watu walio na asili na lugha ya Kiswahili walilijua jina la lugha yao kwa jina la mji wao. Kwa mfano, watu wa Amu (Lamu) lugha yao ni Kiamu, watu wa Bajuni ni Kibajuni, wa Mvita ni Kimvita, wa Vanga ni Kivanga, wa Pemba ni Kipemba, wa Mtang'ata ni Kimtang'ata, na kadhalika.

Kauli nyengine iliyopigiwa mbiu sana na wataalamu wa kigeni ni ile isemayo kuwa Kiswahili ilikuwa ni lugha ya watu wa miji mbalimbali ya Pwani ya Afrika ya Mashariki, na kwamba kwa sababu ya kukua kwa vituo vikubwa vya biashara na watu kuchanganyikana humo, ndipo Kiswahili

---

[7] Tizama Qur'ani, Sura 20, Aya 39.
[8] Tizama Qur'ani, Sura 11, Aya 82; Sura 15, Aya 74 na Sura 105, Aya 4.

ikawa ni lugha yao wote[9]. Waliolieneza wazo hili hawakutaamali kuwa Kiarabu pia ni lugha isemwayo katika nchi zote za Kiarabu, Mashariki ya Kati, na hata kaskazini mwa Afrika. Basi, kama ilivyosafiri lugha ya Kiarabu kwa sababu ya Waarabu kuhamia katika nchi mbalimbali, kwa mfano kina Banu Adi na Banu Qahtwani, na wakazaa Waarabu, kwa nini isiwezekane kwamba hao Waswahili wa asili, ambao jina lao halikuwa hili bali lugha yao ndiyo hii hii, ndio waliyoijaza pwani yote ya Afrika Mashariki kwa vizazi vyao? Lililowazuia wachunguzi kulichunguza hili ni nini?

Mirathi ya wakoloni ni kuwa Waswahili, na Waafrika wengineo, hawawezi kuwa na ustaarabu wao wenyewe wa kuweza kuwa na miji kama ya Lamu, Mvita na Kilwa, ila ni lazima walioiasisi miji hiyo walikuwa ni Waarabu. Jambo la kusikitisha sana ni kuwa mpaka hivi leo kwapatikana watu kutokana na sisi wenyewe Waafrika waendeleao kuwa na kasumba kama hizo! Kama tulivyotangulia kusema, Waswahili walikuwa na kale yao, ambayo yaonekana katika mashairi yao ya zamani kwa sababu mashairi ndiyo yaliyoendelea kwa dahari, yakadumu na kutufikia mpaka sisi. Waandishi na wachunguzi waliotaka kujua mila za Waswahili na maisha yao yalivyokuwa waliweza kuyapata zaidi haya kutokana na ushairi wao kuliko kutokana na mengineyo. Kwani humo ushairini mwapatikana mawazo, nyendo, ushujaa, utu, dini, falsafa, mila na dasturi zao - kwa jumla ustaarabu wao. Hata misukosuko ya kisiasa na maisha ya watukufu wa karne za nyuma yazumbuka katika mashairi yao. Kadhalika kani, vitimvi, vita na fitina zilizotokea katika nyakati mbalimbali za maisha yao. Vilevile, matumizi ya lugha kwa mashairi nayo pia yatuonyesha utajiri na utamu wa lugha ya watu wa zamani, na hata wa sasa, na kiwango ilichokifikia.

Swali ambalo mtu aweza kujiuliza ni: Je, kuja kwa Wazungu katika maeneo haya ya Waswahili na kuishughulikia lugha hii kuliiyeyusha na kuidhoofisha au kuliikuza? Kwani lile lengo la kutaka kuifanya lugha hii kuwa "standard" (ambayo leo yaitwa "Kiswahili Sanifu") lilichukua hadhi na juhudi kubwa kwa kiasi ambacho mambo mengine yote yaliyoijenga lugha hii yaliwekwa nyuma, au yalididimizwa na kutolewa. Kwa bahati njema, na kutokana na bidii za wataalamu maalumu walioona mbali na kuihifadhi lugha hii, imeziwezesha karne zilizofuatia kunufaika nayo. Na ni kwa sababu hii ndipo ule uchaguzi wa matumizi ya lugha na utungamano wa maana ukabakia hivi leo kwa kusomwa, kupanuliwa na hata katika nyakati zetu hizi kukawezekana kupatikana washairi wa Kiswahili kutokana na makabila mengine ya Afrika Mashariki.

✳ ✳ ✳ ✳ ✳

---

[9] Rajmund Ohly, katika *Kiswahili* "The Dating of Swahili Language", Jarida la Taasisi ya Uchunguzi wa Kiswahili, Chuo Kikuu cha Dar es Salaam, Toleo 42/2, uk. 15.

Miongoni mwa sifa za ushairi bora - ikiwa ni kwa bahari ya mashairi, nyimbo, tenzi, au bahari nyenginezo – ni kuwa kile kilichotungwa huwa kimetumiliwa maneno yatoayo maana yaliyokusudiwa, kwa utamu wa vina na mizani zenye kufuata mdundo au mshindo, kwa kufuatana na mpigo unaoathiri moyoni na kumfanya msikizi kutimka ndani kwa ndani, kimyakimya, au dhahiri shahiri. Amma ile mishindo huwa yafuata sauti za ala au ucharazaji wa njuga, kwa mfano, au wa miguu mitupu, kofi au ngoma. Mathalani, wale wafanyao kazi za ubaharia, mshindo wao huwa ni wa kuvutia makasia, au kamba au mlio wa mawimbi ya maji na mwendo wa jahazi. Mjumuiko wa yote haya ndio usababishao kupatikana mahadhi. Washairi watungao wakayatimiza haya, wala wasipange vina tu, ni wengi. Katika hao kulipatikana washairi mahodari na mashaha wa wakati wao.

Washairi maarufu waligawanyika mafungu mawili: Fungu la kwanza ni la wale waliojulikana na majina yao yakatukuka, haswa kwa ushairi wao. La pili ni la wale waliojulikana zaidi kwa kutumia ushairi ili kutekeleza shughuli zao nyengine. Katika hilo fungu la kwanza kulipatikana washairi wapevu. Hawa walitambuliwa kuwa ni mashaha wa miji yao. Tungo zao zilikusanya mambo mbalimbali ya kilimwengu. Amma wale wa fungu la pili, walijulikana kishairi kwa sababu ya ushairi wao kulenga mambo maalumu, kwa mfano siasa, falsafa, majibizano ya kivita, mafunzo ya dini na historia, na kadhalika. Kwa mfano, Fumo Liyongo - ingawa tungo zake zilizopatikana ni chache - yuwanasibika na ushairi na uongozi. Lakini mashairi ya Bwana Zahidi Mgumi (1758-1828) yanasibika na uongozi tu. Walionasibika na ushairi tu ni kama Alii bin Athmani, maarufu Alii Koti (1776-1834) na Muyaka bin Haji (1776-1840); Kamange na Sarahani katika karne ya kumi na tisa, na Ahmad Sheikh Nabhany (1927-), Ahmad Nassir Juma Bhalo (1936-), Shaaban Robert (1909-1962), Mathias Mnyampala (1919-1969), na wengine wa karne ya ishirini. Katika hawa walipatikana wale waliofikia kuitwa mashaha, na wale walioitwa malenga.

Baadhi kubwa ya mashaha na malenga walikuwa na sifa za namna moja. Walikuwa ni mashujaa wa kuweza kusema lolote walitakalo, washupavu na wenye kufuatwa na wengine. Ushujaa ni muhimu kwa mshairi ili aweze kusema ukweli kama vile auonavyo. Kwa siku za zamani, kwa sababu ya ukosefu wa vyombo vya mawasiliano kama tulivyonavyo katika miaka yetu hii, ililazimika mara kwa mara kutumia mashairi au nyimbo ili kuhadharisha, kutoa au kutafuta ushauri, kutangaza au kupinga jambo, kulaumu viongozi au wafalme, na hata kuapiza au kutukana. Mambo haya yakitokea kwa mshairi kutunga peke yake, au pamoja na mwenziwe, au kwa kujibizana. Mara nyengine matokeo yake yalikuwa ni mabaya kwa mshairi kama huyo - pengine kwa kupingwa, kupigwa na hata kufungwa. Lakini lolote lililomfika, mshairi hakusita kuisema kweli. Hii ni dalili ya ushujaa wao.

Tuchukue mfano wa mshairi wa Mombasa, Suud bin Said Al-Maamiriy (1810-1878). Yeye alifungwa gerezani na Al-Akida[10] kwa mashairi yake ya kumuunga mkono Mbaruku bin Rashid Mazrui[11] aliyekuwa akipigania uhuru. Suud, kwa kutumia mashairi, alikuwa akimpelekea habari Mbaruku kuhusu mambo yaliyokuwa yakitokea katika mji wa Mombasa, au njama zilizokuwa zikipangwa na Al-Akida dhidi ya Mbaruku. Alipotoka jela, Suudi hakurudi nyuma bali ndipo haswa alipozidisha harakati za kumpinga Al-Akida. Majibizano ya Suudi na mshairi mwenziwe, Muhammad Ahmad Al-Mambasy (1820-1893) katika shairi la "Kuno Kuzima Kweleo Haiwi Kwisha Uhunzi"[12] yalivutia na kutangaa. Na Muyaka naye, ingawa alikuwa akisikizana na watawala wa wakati huo, ilipohitajia kuwalaumu hakusita kufanya hivyo[13].

Kadhalika, Alii Koti, mshairi wa Pate, angeishia kifungoni kwa sababu ya kumuimba Mfalme wa Pate. Shairi lake, "Yambo Iwi",[14] lililopawa jina la "Shairi la Mzigo", ni mfano wa ushujaa wa kutoka wazi kumkosoa kisiasa mfalme mpya na viongozi wengine wa Pate waliompindua Sultani wa hapo[15]. Washairi wa kale pia walikuwa wakisifika kwa uaminifu. Hili lipo hata kwa baadhi ya washairi wa leo. Amma sifa ya mapenzi wote wamesifika nayo, na ndiyo sifa yao kubwa - ya kupenda uzuri. Na kwa sababu ya kuwa na sifa hii, nyoyo zao hazikuweza kukubali kustahamili maonevu yoyote, hata ikiwa yatokana na watu wao wenyewe. Mfano wa karne iliyopita ni Abdilatif Abdalla (1946-), ambaye, alipokamatwa na kufikishwa mahakamani, na hatimaye kufungwa gerezani kwa miaka mitatu (1969-1972) kwa sababu ya kupinga maongozi na siasa za serikali ya Kenya katika miaka ya 1960, hakuogopa kuendelea kuyasema mawazo yake na kuipinga serikali baada ya kufunguliwa.[16]

Watungaji, kama wasanii wengine walivyo, wazidiana. Kwa mfano, hapo zamani, waliopata sifa katika tungo za Kiswahili za kidini ni Sayyid Aidarus bin Athman, tuliyetangulia kumtaja, na Sayyid Abdalla bin Ali bin Nasir (1720-1820), mtunzi wa Utenzi wa Inkishafi[17]. Katika waliosifika vile vile kwa tungo za kidini katika karne ya kumi na tisa ni Abubakar bin Abdurahman, maarufu Mwenye Mansabu (1828-1922). Kwa upande wa washairi wengine wa karne za kumi na nane na kumi na tisa, ambao mashairi yao hayakufungamana moja kwa moja na dini, ni Alii Koti, Bakari Mwengo (1760-1830), Suudi bin Said Al-Maamiriy, Muhammad Ahmad Al-Mambasy - ambao tushatangulia

---

[10] Mbarak A. Hinawy, *Al-Akida and Fort Jesus*, McMillan, London, 1950.
[11] Kama 10 hapa juu.
[12] Kama 10 hapa juu.
[13] Mohamed H. Abdulaziz, kama 7 hapa juu.
[14] Tizama makala ya Lyndon Harries, "The Mzigo Song by Ali Koti", katika *Swahili*, Toleo 35/2 Septemba 1965, kurasa 47-54, Jarida la Chuo cha Uchunguzi wa Kiswahili, Chuo Kikuu cha Dar es Salaam.
[15] Kwa mfano, tizama mashairi ya Alii Koti, "Mzigo Song" na "Dunia Imezunguka" katika makala ya Lyndon Harries, *Kiswahili*, Vol. 41/2, Jarida la Chuo cha Uchunguzi wa Kiswahili, Chuo Kikuu cha Dar es Salaam.
[16] Tizama Abdilatif Abdalla, *Sauti ya Dhiki*, Oxford University Press, Nairobi, 1975.
[17] Tizama Hichens, W., *Al-Inkishafi: The Soul Awakening*, Oxford University Press, 1972, Nairobi,

kuwataja - na Mwana Kupona binti Mshamu (1790-1860)[18]. Kamange na Sarahani waingia katika kundi la karne ya kumi na tisa na kufia katika karne ya ishirini. Amma Sarahani, kwa kuwa aliishi mpaka mwaka 1926, umashuhuri wake ulitangaa katika karne ya ishirini - karne ambayo imetoa washairi wengi, haswa kwa kuwa mashairi yao yamedhibitiwa na kuchapishwa. Vifo kama vile vya Shaaban Robert na Mathias Mnyampala[19], havikutunyima mashairi yao - na hata sura zao.

Miongoni mwa hali zimfanyazo mshairi akatunga ni pale avutiwapo, achukizwapo, ahamakishwapo, apendezwapo, ashajiishwapo, atatizwapo, au aingiwapo na hamu au ilihamu ya kulieleza au kubashiria jambo au kuonya. Kimtiacho hamu zaidi mshairi ni kuwapo kwa mazingira yachangiayo kutambulikana kwa ushairi, uhuru wa kusema na kufikiri, na uhuru wa kushindana kimawazo bila ya kuwekeana vikwazo. Au ni kutokea mtu mwenye sifa, kama mitume au mashujaa, au jambo, likamtia pashau mshairi na kuingiwa na hamu ya kutunga. Hili laweezekana kuambatana na matokeo ya dhiki, kama vile kufungwa au njaa na ukame, watu kukoseshwa maendeleo ya uchumi na kusababisha umasikini, au kuonewa, au ukosefu wa uadilifu katika jamii. Bali hata katika matokeo ya wakati wa furaha na utajiri, raha na pumbao na hata nyakati za vita. Kila wakati huwa na lugha yake na tungo zake. Haya yote yategemea zaidi kuwapo kwa utambuzi wa watu umtiao hima mwenye kutunga kwa kujua kuwa mashabiki na wapenzi wa tungo ni wengi.

✳ ✳ ✳ ✳ ✳

Kamange na Sarahani waliishi katika wakati ambapo kulikuwa na utulivu na masikizano. Mashairi yao yalivuma Pemba, Unguja, Mrima, Wasini na Mombasa na yakiimbwa na waimbaji, na kushughulikiwa na watungaji na wenye shauku ya mashairi. Mashairi yao, haswa haya yaliyomo katika kitabu hiki, yametungwa zaidi kwa bahari ya mizani ya kumi na sita, yaani bahari ya une, au tarbia, na kufuatiwa na kibwagizo cha wazo moja.

Kwa sababu ya kupotea madiwani yaliyokusanya mashairi ya Pemba katika mapinduzi ya Zanzibar ya 1964, kama kulikuwa na tungo zao za mizani nyengine, basi hazikupatikana.

---

[18] Ahmad Sheikh Nabhany na Amina Sheikh (wahariri), *Utendi wa Mwana Kupona,* Heinemann Educational Books, (E.A.) Ltd. Nairobi, 1972.

[19] Mohamed H. Abdulaziz, "Ukumbusho wa Marehemu Sheikh Mathias E. Mnyampala", *Swahili,* Vol. 39/1 & 2, 1969, Journal of the Institute of Swahili Research, University of Dar es Salaam.

Mifano kutoka mashairi ya Fumo Liyongo na Muhammad Kijumwa
(1870-1945) ya kusifu kichwa cha mwanamke, yalingana na ya Kamange:

> Kitwache huramu
>
> ni kama ruhamu
>
> au jaizimu
>
> taole kuzinga
>
> *(Fumo Liyongo)*
>
> Kwanda nyee nikwambiye
>
> mzumai ni ranjiye
>
> chake kitwa jinsiye
>
> alimbuni Jaliya
>
> *(Muhammad Kijumwa)*

Fumo Liyongo na Muhammad Kijumwa, kwa kutunga kwa bahari ya utenzi,
hawakuwa na nafasi ya kuyaeleza maoni yao kwa urefu. Bahari ya utenzi, ubeti
wake una vipande vine, na kwa kuwa kila ubeti wahozi wazo moja kamili, basi
huwa hauna nafasi kubwa ya kuyapanua mawazo hayo. Tafauti na bahari ya
mashairi, ambayo ubeti huwa una vipande vinane na, kwa hivyo, huwa una
nafasi zaidi ya kupanua maana ya wazo lizungumzwalo.

Kamange alivutiwa na bahari ya shairi, na katika kukisifu kichwa cha
mwanamke alisema katika shairi lake lililomo humu, "Muwacheni Anighuri"
(ukurasa 8):

> Kichwa chake mviringe, ndiyo mwanzo wa khabari
>
> Hakuumbwa vungevunge, kama hawa khantwiri
>
> Hana pazi hana tenge, sawasawa mdawari
>
> Muwacheni anighuri, ndiye Badii Jamali

Amma Sarahani, katika tungo zake za mausio ya malimwengu na dini, akitumia
mifano ya watu walioishi kale. Katika shairi lake, "Dunia Haiko Tena!" (ukurasa
97), alisema:

> Wako wapi Abbasiya, na hao Bin Imamu
>
> Idili imepoteya, Madina na Qalzumu
>
> Buldani zote piya, na bara ya Mariyamu
>
> Qadimadhaa salamu, duniya haiko tena

Naye Sayyid Abdalla bin Ali bin Nasir, mtunzi wa *Al-Inkishafi*, alikuwa hendi mbali katika mifano yake. Walewale waliokuwa watawala na viuli vya Pate, ndio aliowatumia kuonyea mabadiliko ya mambo:

> Wa'pi wa Kiungu wayaza kumbi?
> Na Mashekhe mema wa Kisarambi?
> Walaliye nyumba za vumbivumbi
> Ziunda na miti ziwalaliye[20]

Na mshairi mwengine wa Pemba, Nassor Muhammad Jahadhmy, maarufu Kichumba, katika shairi lake, "Pavumapo Paliliye", alikwenda kwa Warumi naWaarabu wa zamani na utukufu wao wa kale ili kupigia mifano ya mabadiliko:

> Kwa amri ya Kudusi, ni yule amtakaye
> Yuwapi Daqiyanusi? ali bora zamaniye
> Na Shidadi, Batwalusi, n'nani awatajaye?
> Pavumapo paliliye, si kazi kudamirika!

Mawazo ya beti hizi tatu yana lengo moja. Nalo ni kukumbusha mwisho wa mwanaadamu. Kila mshairi alikwenda na yale aliyoathirika nayo. Sarahani, kwa kuathirika na historia ya Uislamu, aliwachukua Waarabu, Wairani (mji wa Qalzumu), Wafalastini (mji wa Bethlehem, alioishi Mariyamu, mamake Nabii Isa), kuwa ndio mifano yake. Sayyid Abdalla bin Ali bin Nasir hakuondoka Pate, ambayo utukufu wake wa zamani na baadaye ilivyokuja vunjikiwa, ilitosheleza kuwa ni mifano ya kukumbushia. Kichumba naye, kwa utaalamu wake wa historia, alitoa mifano yake kutoka katika historia ya Ukristo, ya watu wa Yemen, na wakubwa wa Misri wa baada ya ushindi wa Alexander wa Kiyunani.

Vile vile twaweza kulinganisha matumizi ya lugha katika baadhi ya tungo zao. Pemba haikushindwa kwa lugha. Katika shairi lake lililomo humu, "Mashumu Yangu" (ukurasa 19), Kamange alimuhamisha Mnyasa kutoka Takao:

> 'Tampigisha kwa buo, gombe pofu kongwe pungu
> Aihajiri Takao, Kamange kwa k'oma zangu
> Juweni hana makao, nilivyomeza machungu
> Inshallah mashumu yangu, Mnyasa yatamwondowa

Naye Muyaka, katika kuwaunga Washangani, alisema:

> Enda takapokwambia, akhiri ya bei yangu
> Kuna mtaa mmoya, Zingi bandari ya Fungu
> Mtaawe fikiliya, una wafinyanga vyungu
> Allah Allah nduu yangu, siwaate Washangani

---

[20] Kama 17 hapa juu.

Muyaka alichanganya ndimi kwa neno moja, nalo ni "mmoya" kwa ulimi wa Kiamu. Kamange alitumia Kipemba kitupu. Muyaka aliueleza mtaa wa Kirui kuwa ni wa wafinyanga vyungu, na jirani yake ni Zingi bandari ya Fungu. Hata ikiwa msomaji hazijui sehemu hizi za Digoni, Kenya, lakini aweza kufikiri namna ya mahali penyewe. Kusudio la shairi la Kamange ni mtu aliyekuwa akiitwa Mnyasa, ambaye akiumiza na kuonea watu. Alimueleza kuwa ni "gombe, pofu, kongwe, pungu", yaani gombe zere lisiloweza kuona mambo wala kusikia.

Mifano hii ni kiasi cha kuonyesha kuwa washairi wa Pemba walilingana na washairi wa miji mingine ya Uswahilini kwa uzuri na uhodari wa tungo zao. Kamange akipenda kutunga mashairi ya kujitona, ya ushaha, ya utendaji na ushupavu, ya ukali na mapenzi ya wanawake. Akijiamini kuwa yeye ni shaha asikizwaye na awezaye kufanya lolote alitakalo katika uvulana wa ushairi na ngoma. Alipokuwa akitaniwa na kugolewa, alikuwa akijibu kwa ngurumo na vitisho! Kwa mfano, yeye na Sarahani walikuwa wakitaniana na kujibizana mpaka watu wakifikiri kuwa watu wawili hawa wagombana. Mpaka alipokufa Kamange ndipo kilio cha Sarahani kilipofunua ukweli. Sarahani alimlilia sana Kamange, na katika ubeti mmoja wa shairi la kuomboleza, alisema:

> Twali tukitukanana, watu wasitudhaniye
> Kama hawa wapatana, ya ndani tusiwambiye
> Kufurahisha fitina, kusudi watuzomeye
> Naliya leo sinaye, ya mawadda na swafawa[21]

Lakini Sarahani, ambaye alikuwa mtani mkubwa wa Kamange, alikuwa ni kinyume na Kamange. Yeye alikuwa ni shekhe aliyetumia wakati mrefu kutafuta elimu na kuisomesha, na alivutiwa zaidi na kutoa mawaidha ya kilimwengu na kuingia katika falsafa, kama alivyokuwa Kichumba.

Katika shairi zuri la kujibizana baina ya Kamange na Sarahani ni "Mitambuuni si Shamba" (ukurasa 46). Katika shairi hili walisutana kuwa waliuza mashamba yao na wakawa hawakubakiwa na kitu wala kufanya jambo la maana.

Kamange alimwambia Sarahani:

> Uliuza Pondeyani, vifedha ukaviramba
> Wakimbiya mkondoni, wenda panda kwenye mwamba
> Samii huwezikani, ku'za kapu kwa viwamba
> Mitambuuni si shamba, zinga mahala ukae

---

[21] Tizama sehemu, "Kilio cha Kifo cha Kamange", iliyomo humu.

Kamange alimchokoza Sarahani kwa kuuza shamba lake la Pondeyani, na badala ya kuzitumia pesa alizopata kutengezea Mitambuuni, akazila zote hata hakununulia chochote - akawa hana mbele hana nyuma.

Sarahani alimjibu akamkumbusha:

> Yawache ya Pondeyani, haikupeshi kamamba
> Ililiye Kijunguni, hivyo ungatiritimba
> Njoo nikupe watwani, muhibu tuwe sambamba
> Yafadhili yote Pemba, swifa ya Mitambuuni

Hapa Sarahani amtia Kamange ila. Tangu lini Kamange kushughulika na jambo la mwengine? Kwa hivyo asijitie kutaja Pondeyani. Sarahani akamkumbusha Kamange vile yeye Kamange alivyoliuza shamba la Kijunguni na kubakiwa na Bogowa. Ndipo akamualika kwenda Mitambuuni ili ampe mahali pa kukaa kwa sababu Bogowa si kwake Kamange, ni kwa wazazi wake. Majibizano kama haya, mara yakianzishwa na Kamange na mara Sarahani. Huu hapa mfano mwengine, ambao watokana na wakati ambapo serikali ya kikoloni ya wakati huo ilikataza kuwinda, na kwamba apatikanaye yuwafanya hivyo atapigwa viboko khamsini. Sarahani, kwa kumjua Kamange kuwa akipenda kuwinda, alimpelekea ubeti huu:

> Mwenye kuondowa miko, ilani tumeletewa
> Ni khamsini viboko, na mnyoo akatiwa
> Basha uwinja hauko, natule vya kununuwa
> Ndege wamerufukuwa, wawinja tahadharini!

Kamange naye akamjibu:

> Sisi hatuweki miko, maradhi yasiyopowa
> Ala-Llahi M'ngu yuko, Ya-Rabbi atatuvuwa
> Huyo mwenye chokochoko, siri tumeifunuwa
> Twawafuma kwa ubuwa, ndege wana hila gani?

Ingawa yasemekana kwamba sababu ya kujibizana kwa beti hizi haikuhusiana na uwindaji wa ndege, hata hivyo ni dhahiri kwamba Kamange hakuipokea kwa wepesi nasaha aliyopewa na Sarahani.

Tabia ya Kamange ya kujitona ilichanganyika na ukaidi. Katika kuimbana, akikataa kuimbana na mshairi ambaye si kifani chake. Na akitokea mshairi kama huyo kutaka kujibizana naye, basi Kamange akimshitakia Sarahani, au akinyamaza kimya. Kwa mfano, katika shairi lake, "Nani Ajuwaye Penda?" (ukurasa 42), Kamange alimsifu mwanamke kwa kusema:

Akenda hutupa shingo, ajuwa na kujitanda
Na jumla ya maringo, sauti kama kinanda
Ukimgusa maungo, anasa kama ulanda
Nani ajuwaye penda, ki-yahya-l-fuadi?

Muhammad bin Juma Al-Kharusy (Ruweihy), ambaye alikuwa ni mwanafunzi wa Sarahani, akamjibu Kamange ubeti kwa ubeti. Ili kuujibu ubeti wa Kamange ulioko hapa juu, Ruweihy alitunga akasema:

Ajuwaje tupa shingo, mtu mfupi kidunda?
Sauti kama zenengo, jinsi alivyo na gonda
Hajui nesa maungo, japo mpiga muunda
Wacha Basha kujipenda, yahya hashindi mtu!²²

Ingawa Ruweihy alikuwa ni mtu maarufu, na Kadhi, lakini kwa ushairi hakuwa na cheo cha Kamange na Sarahani. Na kwa sababu hiyo Kamange hakuona raha kujibiwa na yeye.

Majibizano kama haya hayakuwa ni kwa Kamange tu, hata Sarahani akijibiwa na wadogo wake kwa ushairi na umri, ingawa wote walikuwa wakiwakubali hawa wawili kwamba hakukuwa na mashaha kuliko wao. Isipokuwa Mugheiry. Yeye hakuwa akikubali kuwa ni mwanafunzi wa yoyote, bali alikuwa akidai ushaha wake mwenyewe! Sikitiko ni kuwa katika mkusanyiko wa mashairi haya hamna mashairi ya Mugheiry ya kujibizana na washairi hawa wawili, ingawa wako wasemao kwamba alipata kuimbana nao. Shairi lake la kumlilia Kamange alipokufa, limalizikalo kwa kibwagizo cha "Sasa ni yupi mcheza, tokea kufa Kamange?"²³ ni ushahidi kuwa alikuwa akiimbana nao.

Katika washairi wa wakati huo, Hemed bin Seif Al-Ismaily, maarufu kwa jina la Bahemedi wa Sinawi, naye pia alisifika. Tungo zake zina mvuto maalumu. Lugha yake ikionyesha taswira ya kitu au jambo alizungumzalo katika shairi lake kama kwamba liko mbele ya macho. Lakini lugha yake haikuwa na maneno ya kuvatavata, bali akisema alilonalo kwa mkato bila ya kuzungukazunguka. Kwa mfano, serikali ya kikoloni ya Kiingereza wakati huo ilianzisha "Saidiya" (ushirika) Pemba na kuanzisha sheria ya kutoza watu kodi ya ardhi. Bahemedi aliogopea kuwa wenye kuchukua mikopo kutoka katika Saidiya mwisho watashindwa kulipa mikopo hiyo, pamoja na kushindwa kulipa hiyo kodi ya ardhi. Hapo Bahemedi akatunga shairi na kulalama kuwa, "Wengi tutakwenda jela, kwa fedha ya serikali". Sarahani alimjibu kwa kumliwaza na kumtia moyo kuwa mambo huenda yakawa mazuri; akasema, "Itatuswamehe dola, na heba ya serikali". Beti mbili zifuatazo ni mfano wa majibizano yao:

---

²² Neno "yahya" si lazima kuwa ni jina. Yawezekana Kamange alilitumia kwa maana ya "mwenye kuutia uhai moyo wangu".
²³ Kama 21 hapa juu.

Bahemedi:

> Kwa fedha ya sirikali, sasa sinatiya qila
> Mngereza hakubali, japo kwenda na wakala
> Askari wa dalili, wenenda kulla mahala
> Wengi tutakwenda jela, kwa fedha ya sirikali

Sarahani:

> Tatuhifadhi Jalali, kwa hula na muajala
> Kwa nisai na rijali, wasema kweli wazala
> Sijapo nawe kumili, ukenda kwa muamala
> Itatuswamehe dola, na heba ya serikali

* * * * *

Ushairi wa Pemba, kwa lahaja ya Kipemba, una uzuri wa aina yake. Na baadhi ya washairi wake walikuwa na tabia ya kuchanganya Kipemba na lahaja za Kimvita, Kiamu, Kimrima, Kivumba, na pia kuweza kutumia maneno yenye asili ya Kiarabu yatumikayo katika Kiswahili. Pemba kwenyewe kuna lahaja zake, ambazo hujitokeza zaidi katika mashairi yatajayo uchawi na mambo ya uchawini. Amma kuhusu matumizi ya lahaja za miji mingine ya Afrika ya Mashariki ni kwa sababu Wapemba wenyewe wamezaana na watu wa miji hiyo. Mtu yoyote afikiriye kuwa kuchanganya lahaja mbalimbali ni ukosefu wa lugha, au kwamba ushairi wa Wapemba ulitokana na ushairi wa Mrima, atakuwa amekosea[24]. Kufanana kwa kitu fulani na kitu kingine hakukinyimi kitu hicho kuwa na asili yake; na kufanana kwa sanaa ya ushairi wa Pwani ya Afrika ya Mashariki hakuunyimi ushairi fulani kuwa na kwao. Kipemba chajitosha kutungia mashairi. Kwa mfano ubeti huu wa Kamange:

> Uliuvuka Wachanje, wengiliwa na Wakombe
> Ungelitungwa kipunje, kama nyimbiri na mmbe
> Wengekwishiya unyambe, nusura wende mkambe
> Ulipita 'shi na ombe, ukauvuka Wachanje

---

[24] Kwa mfano, tizama W.H. Whitely, *The Dialects and Verse of Pemba: An Introduction*, East African Swahili Committee, Kampala, 1958.

Tuutizame mfano mwengine, wa ubeti wa Bahemedi:

> Kaditama ulimwengu, sicho sicho huwa ndicho
> Ukapekuwa mivungu, waona kikirihicho
> Ela pole somo yangu, mambo kunga chambelecho
> Huwa u karibu nacho, kwa sura msijuwane!

Mtu asiyekijua Kipemba na Pemba yenyewe aweza akasema kuwa lugha iliyotumiwa katika ubeti wa Kamange ulioko hapa juu ni lugha ya Kimrima. Na tukiitizama lugha iliyomo katika ubeti wa Bahemedi, mtu aweza akasema kwamba mshairi huyu alikuwa ni mwenyeji wa mji wowote wa Pwani ya Afrika ya Mashariki, na ilihali Bahemedi ni Mpemba halisi.

Wakati mwengine mchunguzi hupata shida ya kuhakikisha jina la mtungaji kwa kupata shairi lenye kunasibishwa na mji au mtungaji zaidi ya mmoja. Kwa mfano, shairi ambalo ubeti wake mmojawapo wasema:

> Mwanangu ninakupeja, kufunuwa zangu kope
> Machoni nikakuchuja, haona huna mapepe
> Kadhani tanikongoja, penye kisiki nichupe
> Wasema, "Nipe nikupe", ungo zama ukipeta

Kwa mujibu wa Sheikh Ahmad bin Sheikh, aliyekuwa Kadhi maarufu wa Lamu, shairi hili lilitungwa na Mikidadi (Nawawiy) wa Mafia, Tanzania. Lakini matokeo ya utafiti mwengine yalinasibisha na Pemba. Kwa kukosekana jina la mtungaji wa Pemba, ilikuwa hapana budi kukubali kuwa ni la Sheikh Mikidadi. Ni wazi kuwa ujuzi wa Mikidadi kukitumia Kiswahili kwa lahaja za pwani ya Mashariki ya Afrika ulikuwa ni mpana.

Vile vile, hupata ikatokea kumnasibisha msomaji na nasaba ya makosa kwa kutegemea jina la mtungaji tu. Kwa mfano, kwa kuwa jina la "Ruweihy" latokana na majina ya Kiarabu, basi tungo zake huweza zikanasibishwa na Uarabu. Kosa mfano wa hili husababishwa zaidi na mawazo ya ugozi kuliko mawazo yatokanayo na lugha. Katika *Diwani ya Lambert*[25] mna mashairi ya Kiswahili yaliyotungwa na Mzungu, H.E.Lambert, lakini hakuna aliyesema kuwa ushairi wake ni Uzungu au ni wa Kizungu. Lugha yake imepambika kwa taathira za Uswahili. Kwa mfano beti hizi chache za shairi lake, "Amezopofuka Hunena":[26]

---

[25] H.E. Lambert, *Diwani ya Lambert*, East African Literature Bureau, 1971.
[26] Kama 25 hapa juu, ukurasa 30.

Haiba yaonekana, mapendezini mwa yua
Ranji zimezoungana, likizuka likitua
Na umbo la msichana, akivaa akivua
Na mianga ya maua, yameayo tototoni

Maghanito na nudhumu, aso mato husikia
Miomoye honda tamu, ya asali na halua
Mpapasa hufahamu, ulainifu wa zia
Humsikilia pua, manukato ya bustani…

Haiwezekani kuinasibisha lugha iliyomo katika ubeti huu kuwa ni ya Kizungu, kwa sababu tu ya kuwa Lambert ni Mzungu. Bali twakubali kuwa aliathirika kwa mambo mawili muhimu katika maisha yake. Kwanza, ni dini ya Ukristo, iliyomtia hima kujifunza Kiswahili; na, pili, ni mapenzi yake ya Uswahili na lugha ya Kiswahili.

Basi twamaliza Dibaji hii kwa ubeti wa shairi la "Majambo":

Tamati ndiyo hakika, nijibishe lenye sura
Nipate kupumzika, nituliye kama chura
Vitu vyote nimeweka, vya kumera na kurora
Paka usile chembera, ukimla hutapika

Abdurrahman Saggaf Alawy na *Ali Abdalla El-Maawy*
Mombasa, Kenya

UTANGULIZI

Katika safari yangu mojawapo nilipokwenda nyumbani Mombasa kutoka huku Ulaya, mkusanyaji wa mashairi haya, Sharif Abdurrahman Saggaf Alawy (au, Maallim Saggaf, kama tumwitavyo baadhi yetu), alinikuta barabarani. Papo hapo akanishika mkono na kunichukua mpaka nyumbani kwake. Tulipofika tu, akanikabidhi mijalada miwili ya miswada ya mashairi ya washairi wa kale wa Pemba. Muswada mmoja ulikuwa na mashairi ya washairi mbalimbali wa kale wa kisiwa hicho. Kwa mfano, washairi kama Abdalla Mwinyombe Mbawara, Hemedi bin Khatoro (Sungura), Abdalla bin Salim Busaidy (Paka Shume), Mayasa binti Nasoro, Juma Yakuti Mnindi, Ali bin Mbaruk al-Mazruiy, na wengineo kadhaa. (Katika muswada huu yalikuwamo pia mashairi machache ya washairi wane wa kale wa Wasini, Pwani ya Kenya: yaani Sayyid Hassan bin Nassir (Mwinyi Alawi), Ali bin Msellem, Muhammad bin Abibakar na Muhammad bin Nassir.)

Na muswada wa pili ulikuwa na mashairi ya washairi wawili tu wa Pemba walioishi katika miaka ya karibu na katikati ya karne ya kumi na tisa na miaka ya mwanzo mwanzo ya karne ya ishirini. Washairi wenyewe wakijulikana zaidi kwa majina ya Kamange na Sarahani. Nilipomwuliza niifanyeje miswada hii, Maallim Saggaf akanijibu, "Ifanye utakavyo!" Nikatambua kwamba asema nami kikuu. Basi, kitabu hiki chatokana na huo muswada wa mashairi ya Kamange na Sarahani. Na ni matumaini yetu kwamba baada ya kitabu hiki, mashairi yaliyomo katika huo muswada wa pili nayo pia yatachapishwa.

Kama ilivyoelezwa kwa urefu katika Dibaji, mashairi yaliyomo humu yalikusanywa na kuhifadhiwa na Maallim Saggaf zaidi ya miaka arubaini iliyopita alipokwenda Pemba. Baadhi ya mashairi hayo yalikuwa yameandikwa katika madaftari, na mengineyo yalipatikana kutoka kwa watu waliokuwa wameyahifadhi nyoyoni.

Nilipokabidhiwa, ilikuwa ni mara yangu ya kwanza kuiona miswada hii; lakini haikuwa ni mwanzo kusikia habari zake. Kwani kabla ya hapo, kiasi cha miaka thalathini iliyopita, nilikuwa nikijua kwamba miswada hii ikitafutiwa wachapishaji. Lakini, yaonyesha, wachapishaji hawakuwa na hamu nayo. Sababu mojawapo, labda, ilikuwa ni ukubwa wa miswada yenyewe. Na, kutokana na sababu hiyo, wachapishaji walifikiri kwamba si wasomaji wengi watakaoweza kukinunua kitabu kitakachochapishwa; kwa ajili hiyo, hakitakuwa na faida ya kibiashara. (Na hapa ndipo mtu aonapo jinsi ilivyo muhimu kuwa na mashirika ya uchapishaji ambayo lengo lao kuu la pekee si kuweka faida ya kifedha mbele kwa kila kitabu kinachochapishwa, lakini vile vile kufikiria faida kubwa ya kusherehekea na kuhifadhi urathi wa tamaduni zetu, kwa ajili ya kizazi kilichoko, na haswa kwa ajili ya vizazi vijavyo. Kwani thamani ya utamaduni - na fasihi ya watu wowote ni sehemu ya utamaduni wa watu hao - haikadiriki kifedha.)

Mara ya pili niliposikia habari za miswada hii, na kwa mara ya kwanza kuyasikia na kuyaona baadhi ya mashairi yaliyomo humu, ilikuwa ni katikati ya miaka ya thamanini. Wakati huo nilikuwa nafanya kazi katika Idhaa ya Kiswahili ya BBC, London. Katika muda wote wa miaka sabaa nilipofanya kazi hapo nilikuwa na kipindi changu cha kila wiki kuhusu sanaa, kilichoitwa Utamaduni. Bwana Ali Abdalla El-Maawy - ambaye baadaye Maallim Saggaf alimshirikisha katika kuyashughulikia mashairi haya - alipata safari ya kuja London, na tukazungumza katika kipindi hicho kuhusu washairi hawa wawili, Kamange na Sarahani, pamoja na kufanya uchambuzi wa baadhi ya mashairi yao. Mashairi hayo yakanipendeza sana, na nikasikitika kwamba hayakuwa yamepata bahati ya kuchapishiwa kitabu.

Lakini jambo haliwi ila kwa wakati wake. Kwa hivyo, baada ya zaidi ya miaka thalathini kupita, na baada ya Maallim Saggaf kunikabidhi miswada hii, na kwisha kuisoma na kuiona hazina kubwa ya ushairi wa Kiswahili iliyomo katika mashairi haya, nikaanza kuushughulikia muswada wa kitabu hiki. Jambo la kwanza nililolifanya lilikuwa ni kuutayarisha na kuupanga upya muswada wenyewe, kwa namna ambayo mchapishaji hatatishika na huo ukubwa niliodhani kwamba ndio uliowafanya wachapishaji wakaona uzito kufikiria kuuchapisha. Wakati nilipokuwa nikiifanya kazi hiyo, kila mara nilipokwenda Mombasa nilikuwa nikikutana na kuzungumza kwa vipindi virefu virefu na Maallim Saggaf, ili kupata maelezo zaidi kuhusu mashairi yenyewe, watunzi wake na pia maelezo ya watu waliomkabidhi mashairi haya.

Nilipokuwa nikishughulika na uhariri wake, nilipata kumzungumzia muswada huu ndugu yangu, Walter Bgoya, Meneja wa shirika la uchapishaji la Mkuki na Nyota. Naye - na hata bila ya kutaka mwanzo kuuona muswada wenyewe - akanambia kwamba atapendelea kukichapisha kitabu hiki. Na, kwa hilo, twamshukuru yeye binafsi, na shirika lake kwa jumla, kwa uamuzi huo. Kwani, mbali na kwamba sasa mashairi haya yamehifadhika katika kitabu, faida nyengine itakayopatikana ni kwamba watu wengi zaidi sasa watajua kwamba kumbe Pemba nayo tangu hapo zamani haikuwa nyuma kwa sanaa ya ushairi[1]. Hili ni jambo ambalo si watu wengi waliokuwa wakilijua kwa sababu, kabla ya kitabu hiki, hakukuwa na kitabu kilichokusanya idadi kubwa namna hii ya mashairi ya washairi wa Pemba wa kale. Kitabu pekee nikijuacho ambacho kimechapisha mashairi machache ya washairi hao wa Pemba ni *The Dialects and Verse of Pemba: An Introduction*, cha W.H. Whiteley.[2] Baada ya kitabu hicho, sikukiona kitabu kingine cha mashairi ya

---

[1] Kuhusu mchango wa Pemba katika ushairi uhusianao na nyimbo za taarab, tizama katika M.S. Khatib, *Taarab Zanzibar*, Tanzania Publishing House, Dar es Salaam, 1992, kur. 31-32. Na kuhusu umaarufu wa Pemba wa sanaa ya kujibizana kishairi papo kwa papo katika ngoma, tizama katika W.H. Whiteley, *The Dialects and Verse of Pemba: An Introduction*, East African Swahili Committee, Kampala, 1958, uk. 20. Au tizama kwenye Utangulizi wa Mhariri (Shihabuddin Chiraghdin), katika Ahmad Nassir, *Malenga wa Mvita: Diwani ya Ustadh Bhalo*, Oxford University Press, Nairobi, 1971, uk. 7.

[2] Kama katika 1 hapa juu.

mshairi kutoka Pemba isipokuwa `Sikate Tamaa*, cha Said Ahmed Mohamed.[3] Na kama kwamba Pemba imevuvumka upya kwa upande wa ushairi, kuna diwani nyengine ya mshairi chipukizi kutoka Pemba, ambayo nayo yatarajiwa kuchapishwa karibuni.[4]

Katika Dibaji ya kitabu hiki kumetolewa maelezo ya baadhi ya mashairi yaliyomo humu, na pia kuhusu maisha ya Kamange na Sarahani, na shughuli zao walizokuwa wakifanya. Ingawa washairi hawa walitafautiana kwa namna mbalimbali – tangu viwango vyao vya elimu mpaka tabia na nyendo zao (tafauti ambazo zajitokeza katika tungo zao) – lakini yaonyesha kwamba wote wawili walikuwa wamefungamana sana na mazingira ambayo jamii yao ya Pemba ya wakati huo ilikuwamo. Na hii ndiyo tabia ya fasihi yoyote iliyo bora. Fasihi ya maana ni lazima itokamane na hali halisi ya jamii inayozungumzwa katika fasihi hiyo, na maudhui yake yawe yazungumzia maisha ya jamii hiyo – mambo ambayo yatakuwa si mageni kwa wasomaji au wasikilizaji wanaotokana na fasihi hiyo, na kwa hivyo wataweza kujihusisha nayo moja kwa moja. Na hili la kushughulika na yapatikanayo katika jamii yake ni aula zaidi kwa mshairi. Kwani, kwa vile sanaa ya ushairi imeshikamana zaidi na hisia za binadamu kuliko utanzu mwengine wowote wa fasihi, basi ili kuwa na athari kwa hadhira yake, mshairi hana budi kuzungumza yale ambayo hiyo hadhira yake ndiyo yanayoyaishi: utamaduni na mila zao, matumaini na kuvunjika moyo kwao, mafanikio na matatizo yao, mema na maovu yao, mapenzi na machukivu yao, na kadhalika. Yaani, hata iwapo mshairi huyo atakuwa ametunga shairi lihusianalo na jambo lake binafsi, lakini kwa kupitia nafsi yake atakuwa amezungumza jambo ambalo binadamu mwengine yoyote katika jamii hiyo ataweza kujihusisha nalo – imma kwa kuwa labda na yeye limeshamfika jambo kama hilo, au kwa kumjua au kwa kupata kusikia kwamba mtu mwengine amekumbwa na hali kama hiyo. Kwa ufupi, azungumzapo jambo la nafsi yake, mshairi huyo yataka wakati huo huo awe yuwazungumza na nafsi ya jamii yake, na ayasemayo yawe ni pumzi za jamii yake hiyo.

Kutokana na hayo basi, msomaji wa mashairi yaliyomo humu atakuwa - mbali na kuyaonea raha mashairi yenyewe - muda huo huo mashairi hayo yatamdokezea msomaji ni aina gani ya jamii waliyokuwa wakiishi Kamange na Sarahani. Na msomaji atakapotaka kuwahukumu washairi hawa kwa yaliyomo katika tungo zao, itambidi msomaji huyo kuitia katika mazingatio yake hali ya kisiasa, ya kiuchumi na ya kitamaduni ya wakati huo, badala ya kuwahukumu kwa mazingira na maisha tuishiyo wakati huu. Yangawa hivyo, kuna baadhi ya mambo na hali za wakati huo ambazo zapatikana katika wakati wetu huu pia.

---

[3] Kimechapishwa na Longman Kenya, Nairobi, 1980.
[4] Diwani yenyewe ni *Machozi Yamenishiya: Diwani ya Mohammed Khelef Ghassani*, na ambayo imehaririwa na Said Ahmed Mohamed.

Tuchukue mfano wa jinsi lugha ilivyotumiwa katika baadhi ya mashairi yaliyomo humu; haswa kwenye mashairi ya Sarahani. Tumeelezwa kwamba Sarahani alikuwa na kiwango cha juu zaidi cha elimu, akilinganishwa na Kamange. Hapo zamani, kwenye sehemu za Pwani ya Afrika ya Mashariki, elimu za usomaji na uandikaji za fani mbalimbali (ikiwa ni utabibu, unajimu, dini, na kadhalika) zilitokana zaidi na lugha ya Kiarabu. Kama ambavyo hivi leo baadhi kubwa ya elimu tulizonazo Afrika ya Mashariki zatokana zaidi na lugha ya Kiingereza. Na elimu iliyopatikana kwa kupitia lugha yoyote ya kigeni kwa watu fulani, baadhi ya watu walioipata elimu hiyo hupata wakaathiriwa na utamaduni ulioizaa lugha hiyo, kwa sababu lugha yoyote iwayo haitenganishiki na utamaduni wake. Na kwa watu wengine, haswa kwa wale ambao huwa hawajihadhari au, pengine, hawajali, kuzipambanua tamaduni hizo na utamaduni wa lugha za kienyeji wazitumiazo, athari kama hizo hujitokeza hata katika matumizi ya lugha yao ya kila siku. Na kwa wengine huona fahari kamwe kujinasibisha na hiyo lugha ya kigeni waliyoathirika nayo! Basi, kwa vile huwa wametekwa na mawazo ya hiyo lugha ya kigeni, huwa hawawezi kujinasua na fikira na utamaduni wa lugha hiyo ya kigeni hata pale wazungumzapo lugha yao ya kienyeji waitumiayo kila siku! Mara ngapi siku hizi huwa twawasikia baadhi ya watu ambao hushindwa kuzungumza, au kuandika, Kiswahili kitupu bila ya kutia maneno ya Kiingereza, kwa mfano, karibu katika kila sentensi!

Na kuna watu wengine ambao hujibidiisha watumie Kiswahili kitupu, lakini, hata hivyo, mawako ya sentensi zao na mawazo wayaelezayo yakawa yameathiriwa na mawako na mawazo ya hiyo lugha ya kigeni - ingawa maneno waliyoyatumia ni ya Kiswahili kitupu. Kwa mfano, utamsikia mtu akimwambia mwenziwe, "Ukitaka kufika haraka, chukua basi." Asemaye hivyo huwa ameathiriwa na mawazo ya lugha ya Kiingereza; yaani "*...take a bus*". Kwa mawazo ya lugha ya Kiswahili, mtu hachukui basi bali hupanda basi, au huenda kwa basi. Au utamsikia mtu, baada ya kushukuriwa kwa wema aliomfanyia mwenziwe, akiijibu "Ahsante" aliyopewa kwa "Unakaribishwa", au kwa "Si kitu" - ambayo yote hayo ni mawazo na utamaduni wa lugha ya Kiingereza, ingawa maneno yaliyotumiwa ni ya Kiswahili. Kwa sababu katika Kiingereza anayeshukuriwa huweza kujibu, "*You are welcome*", au "*It is nothing*", au "*Don't mention it*". Hali ya kwamba kwa utamaduni wa Kiswahili, anayeambiwa "Ahsante" naye hufaa ajibu kwa kushukuru. Kwani maana halisi ya neno "Ahsante" ni "Umefanya wema". Kwa hivyo, aliyeshukuriwa naye huwa anamshukuru aliyemshukuru. Ndipo hata baadhi ya watu huijibu "Ahsante" kwa maneno yenye maana ya, "Na Mwenyezi Mungu akutendee wema."

Hali hizi tulizozieleza hapa juu zatokana zaidi na kushindwa nguvu na mawazo na utamaduni wa hiyo lugha ya kigeni, wala si kwa makusudi ya kisanii. Lakini baadhi ya washairi – kwa sababu za kisanii au kwa sababu za kuwahatibu watu maalumu waliowakusudia, wala si kwa sababu ya kutoimudu lugha ya kienyeji waitumiayo, au kwa sababu ya kujifaharisha na lugha ya kigeni – hupata wakatunga mashairi yao kwa kuchanganya lugha yao na lugha ya kigeni.

Kamange na Sarahani walikuwa wakiogelea katika bahari ya mchanganyiko wa lugha ya Kiarabu na taaluma ya dini ya Kiislamu. Ndipo katika baadhi ya mashairi yao twaiona athari ya lugha na imani hiyo. Mfano mmojawapo mzuri ni wa shairi la Kamange liitwalo, "Innash-shaytwaana lakum `aduwwum-mubiyn"[5] (uk. 40). Mwanzo, jina lenyewe la shairi ni sehemu ya Aya ya Qur'ani inayowatahadharisha binadamu kwamba shetani ni adui yao aliye wazi kabisa! (Na washairi hawa wote wawili wamezitumia sehemu za Aya za Qur'ani katika baadhi ya beti za mashairi yao.) Kwa kuwa shairi hili lilikuwa limekusudiwa kuwakosoa watu waliokuwa wameshika madaraka na vyeo vya juu katika serikali ya Pemba ya wakati huo, labda Kamange aliona kwamba shairi lake litakuwa na athari kubwa zaidi kwa aliowakusudia iwapo atalinyunyizia maneno, au vishazi vya maneno, ya lugha ya Kiarabu na Aya za Qur'ani – mambo ambayo yalikuwa ni sehemu ya maisha na utamaduni wa watu hao.

Mtindo kama huu wa kuchanganya lugha, kwa sababu tulizozieleza, umetumiwa pia na washairi wengine wa Kiswahili. Kwa mfano, mshairi maarufu wa Tanzania, Shaaban Robert, katika ubeti wa mwisho wa shairi lake, "Chama cha Waafrika". Katika shairi hili, Shaaban Robert alikuwa akiwahimiza Waafrika wajiunge na chama cha African Association wakati Tanganyika ilipokuwa ikitawaliwa na ukoloni wa Kiingereza. Pengine ubeti huu alikuwa amewakusudia wale Waafrika waliokuwa wamepata elimu ya lugha ya Kiingereza shuleni (na waliokuwa wakisitasita kushirikiana na wenzao katika harakati za kupigania haki zao), na kwa hivyo huenda wakaathirika nao zaidi:

> *All come in*, kila mwenyeji aweza
> *Do his turn*, Tanganyika kuikuza
> *Know each grain*, uzito inaongeza
> *African Association*, naam mwangaza[6]

Mshairi mwengine mashuhuri wa Tanzania, Mathias Mnyampala, amelianza shairi lake, "Msaka Thani Rubiya", kwa ubeti ambao mishororo yake mitatu ya kwanza imetumiliwa maneno ya Kiingereza kitupu[7], na kibwagizo chake ni mchanganyiko wa maneno ya Kiswahili na ya Kiarabu:

> A nice melody is wine, when touches an ear
> As entered in mine, eyes affected to tear
> I tasted the vine, thank you my dear
> Msaka *thani Rubiya*, kama *hadha mahuzeni*[8]

---

[5] Kwa maelezo kuhusu sababu ya kutungwa shairi hili, tizama kidokezo kilichoko chini ya shairi lenyewe.

[6] Shaaban Robert, *Pambo la Lugha*, Oxford University Press, Nairobi, 1966, uk. 10.

[7] Mfano mwengine wa mshairi wa Kiswahili kutumia lugha isiyokuwa ya Kiswahili katika shairi zima, ni shairi, "Kigiriyama", ambamo mshairi ametumia lugha mojawapo ya lugha za kienyeji za Kenya, yaani Kigiriama, isipokuwa katika mshororo wa tatu wa ubeti wa mwisho. Tizama katika Ahmad Nassir, *Malenga wa Mvita: Diwani ya Ustadh Bhalo*, Oxford University Press, Nairobi, 1971, uk. 84.

[8] Mathias Mnyampala, *Diwani ya Mnyampala*, East African Literature Bureau, 1965, uk. 133.

Mfano zaidi wa mshairi kuchanganya lugha yake na lugha ya kigeni kwa sababu za kisanii, ni shairi la mshairi mwengine maarufu wa Kiswahili kutoka Kenya, Ahmad Nassir (Ustadh Bhalo). Katika beti zote nne za shairi lake, "Kihindi", amechanganya Kiswahili na lugha mojawapo ya Kihindi:

> *Mera dos* 'siwe chepe, pulikiza nikwambile
> *Mujje masti nati kape,* ungaweka mbele mbele
> Mimi ni mwana wa ngope, *kotto nai sa'chi bole*
>
> *Dunrahabu sa't,* mwema wa kuaminika
> *Ke-jis'se 'karu' dost,* kwa kulla la muafaka
> Kiondoke kibuhuti, *dilko mile' daraka*
>
> *Tamanna hay* la moyo, 'takweleza ufahamu
> *Tumne muk'ke* mwenziyo, ni kuishi tukadumu
> *A'cha nehi* wayowayo, kujipa mwanaadamu
>
> *Bandrahahu lifafa, kalamko rak'ku niche*
> Wala pasiwe kashifa, *ay-dos' mere sa'che*
> Tutenge na khitilafa, tusiwe ni *unche ni'che*[9]

Katika mifano hii tuliyoitoa, twaona kwamba ingawa kumechanganywa maneno ya lugha mbalimbali lakini kitendo hicho hakikuyafuja mashairi hayo. Kwa sababu maneno ya lugha yoyote ile huambatana na maana ya maneno hayo na namna yalivyotumiwa. Na utamu wa neno lolote lile haupatikani liwapo limesimama peke yake. Kwani utamu wake hupatikana tu kutokana na matumizi - namna lilivyotumiwa linapopambanishwa na kuhusishwa na maneno mengine katika sentensi au utungo fulani; na pia hutegemea limetumika katika muktadha upi na mazingira yapi.

Jambo jengine muhimu la kulizingatia, na ambalo limo katika mashairi ya majibizano baina ya Kamange na Sarahani, au baina ya mmoja wao na washairi wengine, ni kanuni zilizotumika katika kujibizana kwao – kanuni ambazo si mno kuziona zikifuatwa na washairi wa siku hizi. Kwa mfano, tizama mashairi kama "Nani Ajuwaye Penda?" (uk.42), "Mitambuuni si Shamba" (uk.46), "Wamuhajiri au Wakhatimu Naye?" (uk.50), "Nataka Kisicholiwa" (uk.103), "Mlangilangi na Mkadi" (uk.108), na "Itatuswamehe Dola" (uk.112). Mashairi haya yamepangwa humu kwa namna ambayo mtu atadhani kwamba washairi walikuwa wakijibizana uso kwa uso na papo kwa papo. Lakini havikuwa hivyo. Kila shairi, na jawabu yake, lilitungwa katika wakati wake mbali! Kitu cha kupendeza ni kwamba washairi hawa wametumia kanuni za kujibizana za utungaji bora. Nazo ni wazo kujibiwa kwa wazo, hoja kujibiwa kwa hoja, na hata kina kujibiwa kwa kina - cha kati na cha mwisho.

---

[9]   Ahmad Nassir, *Taa ya Umalenga,* Kenya Literature Bureau, Nairobi, 1982, uk. 83.

Kuhusu mpango wa orodha ya maneno yaliyoelezewa maana zake. Kwa muda mrefu sana imekuwa ni dasturi kuiweka orodha hiyo mwisho wa kitabu. Lakini humu imewekwa kabla ya kila shairi. Makusudio yake ni kwamba, kabla ya kulisoma shairi lenyewe, msomaji ayapate maana ya yale maneno ambayo si ya kawaida kwake; na kwamba alisomapo shairi hilo awe ameshayaona. Twataraji kwamba hili litampunguzia msomaji udhia wa kila mara kwenda mwisho wa kitabu kutafuta maana ya neno fulani.

Mwisho, kuna msemo wa Kiswahili usemao, "Kidau nipeleka Pemba, nina haja nako." Basi aliye na haja ya kuyajua baadhi ya yaliyopitika Pemba wakati wa uhai wa Kamange na Sarahani, kidau ni hiki; naakipande.

Abdilatif Abdalla
Hamburg,
Ujerumani

I

KAMANGE

ALI BIN SAID BIN RASHID JAHADHMIY (KAMANGE) 1830 - 1910

Katika washairi waliovuma Pemba na Unguja baina ya 1860 na 1910, wakajulikana kwa mashairi yao mpaka pwani za Tanganyika na Kenya, Kamange alitangaa sana. Mashairi yake yalipendwa na kuimbwa kumbini na masebuleni, haswa lile shairi la mapenzi, liitwalo "Muwacheni Anighuri" (tizama ukurasa 8 humu). Mashairi yake yalipigiwa mifano na kuimbwa katika vikao mbalimbali. Wapinduzi waliopindua serikali mwaka 1964 walihusisha uadui wao na kinyume chao juu ya kila mwenye elimu, madaraka na hata jina lililokuwa linanasibika na Uarabu. Waliyavamia majumba yao kuwaua, kuwafunga na kuchoma maktaba zao, vitabu na madaftari majumbani mwao. Maktaba za wataalamu na wakusanyaji wa mirthai za hati, historia, na mashairi zilipotea kwa kuchomwa moto na urathi wa Ushairi ukazama.

Abdurrahman Saggaf Alawy, aliizuru Pemba katika mwaka 1957, akasuhubiana na wataalamu na washairi wa huko, na akayaona madaftari, madiwani na maktaba zilizojaa elimu na kazi za watungaji na waandishi wa zamani na waliokuwa hai wakati huo. Kitisho cha kupotea mashairi ya Kamange na Sarahani kilitokea baada ya mapinduzi ya Zanzibar ya mwaka 1964. Baada ya mapinduzi hayo, Saggaf alikutana na wale waliosalimika na kifo na akawasikia wakilia na kuomboleza kwa vile walivyopoteza maktaba zao. Saggaf akajuta kwa nini hakuyaandika yote aliyoyaona wakati huo alipokuwa Pemba kabla ya mapinduzi. Hata hivyo, akaanza kazi ya kukusanya tungo hizi ili zichapishiwe kitabu.

Kama ilivyo dasturi, baadhi ya washairi huwa na majina ya lakabu, ambayo hujipa wenyewe au huitwa na washairi wenzao. Ali bin Said bin Rashid Jahadhmiy alikuwa na lakabu mbili - "Kamange" na "Basha-Ali". Lakabu hii ya "Kamange" ilimwambata na ikawa maarufu. Lazima pia alijitokeza kuwa na ushujaa na uwana-mbele na uwerevu hata wenziwe wakampa lakabu ya ukamange, neno lenye maana ya kuwa na utatufu na uwerevu wa kukurubia ujanja katika kutatua na kufanya mambo. Maoni ya watu wengine ni kwamba aliitwa Kamange kwa sababu alikuwa hashindiki. Maana nyengine ya neno hili ni tumbili mkubwa. Lililo muhimu ni kuwa jina hilo ndilo lililokuwa maarufu na ikawa ndiyo anwani yake kwa washairi wenziwe.

Amma chuoni na katika ujana wake, alikuwa akiitwa kwa jina la Basha-Ali. Katika mfumo wa vyeo katika nchi ya Misri na Uturuki, neno "Basha" (au Pasha) lina maana ya "mkuu", haswa katika jeshi. Kwa hivyo, Kamange kupewa jina hili na wanafunzi wenziwe ni dalili ya kwamba alikuwa akipenda mambo makubwa na kuwa na tabia ya majivuno, tabia ambayo inadhihiri katika mashairi yake.

Kamange alizaliwa Bogowa, Pemba, mwaka 1830 A.D.[27] (1246 A.H.) Ukoo wa Jahadhmiy ni ukoo mkubwa na maarufu katika Pwani ya Afrika ya Mashariki, haswa katika miji ya pwani ya Afrika ya Mashariki – Pemba,Unguja, Mombasa na Lamu; na ni ukoo wenye watu wataalamu wa fani mbalimbali. Huko Pemba, makao yao maarufu yalikuwa ni Bogowa. Asili ya ukoo huu ni Oman, na uliingia Uswahilini miaka mingi iliyopita, kabla ya Pemba kushambuliwa na kushikwa na majeshi ya Sayyid Said bin Sultan katika mwaka 1822 A.D.

Majahadhmiy hao wakaoana na kuzaana na wenyeji wa sehemu hizi, na vizalia vyake vikawa ni Waswahili.

Zama alipozaliwa Kamange zilikuwa ni zama za mivutano mikali baina ya mfalme Sayyid Said bin Sultan na wenyeji wa Mombasa, Pate na Siu, ingawa utawala wake ulikuwa umeshakita Unguja na Pemba. Pemba lazima ilikuwa bado ina aina ya utawala wake wa ndani, kwa sababu siasa ya Sayyid Said ilikuwa ni kutawala na wakati huo huo kuwaacha wenyeji kuendesha mambo yao ya ndani.

Ukoo wa Majahadhmiy ni ukoo uliolea watoto wao kwa fahari, heshima na adabu njema. Kwa hivyo, ukitizamwa ujuzi na maarifa aliyokuwa nayo Kamange ni wazi kuwa alisomeshwa Qur'ani, Fiqihi, Hadithi na Tarekhe ya Kiislamu pamoja na Fasihi, masomo ambayo yalikuwa ni ya lazima kwa kila mtoto wa wakati wao. Pia ilikuwa ni fahari wakati huo watoto kufundishwa kupigana kwa panga, mikuki, mishale, fimbo na bunduki za kushamiri. Kadhalika wakifundishwa uwindaji.

Kamange alikuwa na ujuzi mzuri wa fasihi ya nyakati zake, ambayo ilivaana na fasihi iliyotokana na nchi za Kiarabu na vitabu vyao. Pia alikuwa na uwezo wa kutumia lahaja mbalimbali za Kiswahili na mawazo na mithali za kielimu na hali za siasa nchini. Shairi lake la "Innash-shaytwaana lakum aduwum-mubiyn" linaonyesha wazi mawazo yake yalivyokuwa juu ya siasa iliyokuweko siku hizo. Katika ubeti wa tatu alisema:

> Makhususwi wuzrai, tabiun amrakum
> 'Alimu – 'l-'ulamai, dhwahiru wa fauqakum
> Pia nyote sukarai, taraghani mithlakum
> Innash-shaytwaana lakum, aduwum-mubiyn

Katika shairi hili Kamange aliwakemea wenye madaraka ya kisiasa na serikalini kwa mwendo wao mbaya wa kuharibu mali ya nchi na kuchukua rushwa. Ni dhahiri kwamba Kamange akipambana na walinzi wa serikalini, kama katika shairi lake, "Doriya Kapatikana", na lile la "Mashumu Yangu".

---

[27] Yawezekana pia kwamba alizaliwa mwaka mmoja au miwili kabla au baada ya mwaka huu.

Huku ni kufanya upinzani na kufichua uovu utendekao. Katika hilo shairi la kwanza, alisema:

> Naende mbele afike, Pemba asirudi tena
> Jamii wanusurike, yawaondoke mahana
> Khuduma waitumike, pasiwe kusukumana
> Doriya kapatikana, naende mbele afike

Na katika shairi, "Mashumu Yangu", alisema:

> Enye mwendao Ging'ingi, mpandao pasi pingu
> Jongoo hakii mtungi, Mnyasa hupanda mbingu!
> Hana kheri Muirangi, kwa kula wali na dengu
> Inshallah mashumu yangu, Mnyasa yatamwondowa

Katika Karne ya 19, katika miji yote ya Pwani kulikuwa hakuna haja ya kuwekwa askari wa Polisi, au Forodha, kuliko mmoja au wawili tu. Pemba, katika makao makuu ya serikali, kulikuwa na Bwana Shauri na Kapteni wa Polisi na wasaidizi wawili na Liwali na Mudiri ndio wasimamizi wa usalama wa kisiwa kizima. Kotini kulikuwa na mahakimu, sana Mzungu mmoja na wenyewe Makadhi. Usimamizi wa vijiji na vitongoji ukiwekwa askari mmoja au wawili kwa vitongoji kadha vilivyokuwa chini ya Sheha. Hawa na wakubwa wao walio makao makuu wakitarajiwa kukaa kwa wema na watu. Ni wazi Mnyasa, ambaye alikuwa ni Muirangi, alipanda watu vichwani na ilihitaji Kamange mwenyewe kutetea mambo yabadilike. Ujasiri wa Kamange wa kupambana na wenye madaraka bila ya kujali ulikuwa mkubwa hata Sarahani, katika shairi "Lizamu na Darizeni" alimkemea asiendelee na tabia hiyo:

> Ulimghuri urefu, kwa twaghi na kujivuna
> Miguu isiyo chafu, kama jini majununa
> Na kama si Bin Sefu, kwa Kepteni kunena
> Nusura ungaliona, lizamu na darizeni

Hii ni wazi kuwa akipambana na kupinga maovu yaliyokuwa yakitendwa na wasimamizi wa nchi.

Kamange hakunasibishwa na kazi maalumu, isipokuwa mashamba yao ya minazi na mikarafuu. Majahadhmiy wa Bogowa, mpaka siku za vijitukuu vyao katika wakati wa Vita Vikuu vya Pili, walikuwa na utajiri wa mashamba ya mikarafuu. Kamange hakutajika kuwa alisafiri, isipokuwa mwishoni mwa maisha yake alitaka kwenda Wasini, kufuatana na shairi lake la kutaka "himaya" kwa rafikiye wa Wasini kwamba akifika huko ataihitajia. Hata hivyo habari yenye nguvu ni kwamba hiyo safari ya Wasini hakuwahi kuifanya kwa sababu ya ugonjwa. Alishughulikia mashamba ya mikarafuu na minazi, na inawezekana kuwa pamoja na ukulima wa vyakula. Ama hili la ukulima lina shaka kidogo kwa sababu ya msemo uliokuweko kuwa hakuwa mkulima. Ushahidi wa nguvu ulioko juu ya jambo hili ni ubeti wa nane wa shairi hilo la Sarahani alilomwambia kuwa:

> Kazi yake ubazazi, kutwa hulala mchana
> Hanasibishwi na kazi, kulima wala kushona
> Hasafiri hachuuzi, dawamu "Salamu mwana!"
> Nusura ungaliona, lizamu na darizeni

Pemba kulitangulia washairi waliosifika kabla ya Kamange, lakini jina lake lilivuma kushinda waliomtangulia. Tokea udogoni mwake alishughulika na kutunga mashairi. Alipata umashuhuri kwa uhodari wa kutunga na kujibizana kwa mashairi, na mashairi yake yalikuwa yakingojewa na mashabiki na watu kwa jumla. Akawa ni wa daraja ya kwanza katika Pemba na Unguja. Mashairi yake yana uzito wa lugha, na ibara zenye Uswahili mwingi, undani na ugumu. Akisifu alikuwa hana mpaka na alipoapiza au kuchukia hakuwa na junaha. Akiweza kutunga kwa kutumia Kiswahili kitupu na pengine akakichanganya na Kiarabu, na vyote vikawa ni kwa lugha tamu.

Kwa mujibu wa waliopokea habari zake, Kamange alitunga kwa bahari mbalimbali. Katika uchunguzi huu tungo zake zilizopatikana ni za bahari ya mashairi tu. Pia inaonekana kuwa utungaji wa Kipemba wa majibizano au mapenzi, au kueleza mambo, ulivutiwa zaidi na bahari hii.

Mashairi ya Kamange yalivuma katika mikao ya waimbaji, akawa yeye ndiye malenga na ndiye Shaha. Alipokuwa akiingia utamboni washairi wanapolumbana, alikuwa akipewa umbele. Mshindani wake alikuwa ni Sarahani peke yake na wengine wote, tokea sehemu za Ziwani mpaka Mtambwe, tokea Wete mpaka Konde na Pangani na Fundo, na tokea Chakechake mpaka Mkowani, waligawanyika katika makundi mawili – ya Kamange na Sarahani.

Kamange aliathirika na fasihi ya mazingira ya siku zake, ambayo shule na elimu zilikuwa zinafuata manhaji za Kiislamu na khati ya Kiarabu. Fasihi yao ilivama katika tungo za kutoka Bara Arabu, Iran, India, Misri na Uyunani, na tungo za watungaji wa Kiswahili wa zamani.

Kamange alikuwa akipenda kuitembea Pemba yote, na pia akipenda kutembea usiku. Kulitokea wakati serikali ilipiga marufuku watu kutembea usiku baada ya saa tatu. Kamange kwa ushindani wake aliendelea kutembea usiku, mpaka siku moja askari wakamshika. Alipopelekwa kotini, juu ya uhodari wake wa kusema, alipatikana na hatia ya kuvunja kafyu. Laiti angehukumiwa angefungwa na kupigwa viboko darzeni moja. Kwa bahati aliombewa na msaidizi wa "kapteni" aliyekuwa mkubwa wa Pemba. Kamange akaachiliwa. Ndipo Sarahani alipomtungia shairi akamwambia:

Nimesikia habari, sana hachukiwa sana
Kama hiyo ni fakhari, Shekhe Ali si maana
Hapendi mtakabari, inna'Llaha Subhana
Laa yuhibu mankana, mukhtalan fakhura

Shairi hili alilitunga wakati Kamange yuko rumande hajapelekwa kotini. Alipotoka, Sarahani akamtungia jingine:

Basha-Ali mwambieni, sasa ni kutulizana
Zimegeuka zamani, ukamange hapo jana
Juzi Mzambarauni, fundi alipatikana
Nusura angaliona, lizamu na darizeni

Majibizano ya Kamange na Sarahani wakati mwengine yakingojeza vitendo. Kumlipa lawama hii, Kamange aliipata nafasi pale Sarahani alipoonekana akizunguka usiku katika mitaa isiyokuwa yake, alipokwenda kumchumbia Panza, akagunduliwa na akakimbia.

Kamange akamshambulia kwa maneno makali:

Kumbe vile Sarahani, kusema zembe uzembe
Kwa gube huwezikani, una ngeya kama ng'ombe
Wapenda Mitambuuni, wapiga wenzio vyembe
Ulipita 'shi na ombe, ukauvuka Wachanje

Wanicheka wanizoma, wanitoleya mijumbe
Leo jinalo lavuma, tangu Panza umchumbe
Kula mcheka kilema, hafi ila kimkumbe
Ulipita 'shi na ombe, ukauvuka Wachanje

Mwishoni mwa umri wake, Kamange alitamani kutembelea Wasini. Yawezekana ilikuwa ni katika mwaka 1910 A.D. Watu wawili katika marafiki zake ambao walikuwa ni wenyeji Wasini, walikuwa ni Sarahani na Mugheiry. Ama Mugheiry alikuwa na jamaa zake haswa. Kamange, kwa kuwa hajapatapo kusafiri nje ya kisiwa cha Pemba, na kwa kuwa ingekuwa ndiyo safari yake ya kwanza, alimtia mashaurini Mugheiry kwa kumwambia:

Nimekuja stajiri, katika dola aliya
Mimi mtu wa bahari, bara haijaneleya
Penye dhara na khatwari, Kamange najikhofiya
Akhi nataka himaya, na zana kwangu mwenyewe

Mugheiry, jawabu yake haikumstaajabisha Kamange, kulingana na utani wao:

Shairi limewasili, kwangu limefikiliya
Nawaza yangu akili, shauri la kutumiya
Ni kheri kufuga ghuli, milayo naisikiya
Kwa qasama niapiya, kuhozi biladi zangu

Lakini Kamange hakuwahi kwenda Wasini, kwani alikufa miaka michache kabla ya Vita Vikuu vya Kwanza.

Kamange alipokufa alihuzunisha washairi wote wa kwao, na wale waliokuwa maarufu wakatunga mirthai za kumlilia kwa kifo chake. Inasemekana kuwa laiti mirthai zote zilizotungwa kumlilia Kamange zingekusanywa, mashairi yake yangezidi mia moja. Katika yaliyokuwa maarufu na yakatufikia kwa urahisi ni ya Sarahani, Bin Khatoro, Ruweihy, na Mugheiry.

Matokeo ambayo hayakutarajiwa baada ya kifo chake ni ushindani uliotokea baina ya wale waliokuwa katika mkao wa Kamange na mkao wa Sarahani, na walioungana na mmojawapo kati yao. Ushindani ulikuwa 'hakukuwa na mshairi mwenye kushika kiti chake'. Kukagawanyika vipote na vigaro na kukatokea mashairi ya kugoana na kushindana. Sarahani alipokuwa akiambiwa juu ya hitilafu zao na mashairi yao, alinyamaza kimya. Alijitoa na kujiepusha. Nia yake haswa ilikuwa ni kutojibizana na mtu mwengine baada ya kufa Kamange. Wote walikuwa wakipigania ushaha, ndipo baada ya kufa Kamange, Mugheiry alitunga shairi lililojulikana kwa jina la "Ushanzu". Katika shairi hilo alimtaja Sarahani kwa heshima yake kamili. Shairi hilo lilileta mzozo na kila kundi lilijibu kivyake. Yasemekana jawabu ya Ruweihy ndiyo iliyokubaliwa na kundi lake. Wakajibizana na Mugheiry. Jawabu ya Ruweihy ilianza hivi:

Ayyuha wangu li-akhi, napenda kukuarifu
Nimefumuwa swamakhi, bure sifate marefu
Kwangu hutatashayakhi, ulijuwe maarufu
Swamtu utawakafu, mimi si kifani chako

Maana ya "kwangu hutatashayakhi" ni kuwa hutokuwa ni sheha kabisa, tena "swamtu utawakafu", yaani nyamaza na usiendelee tena. Ruweihy alidai yeye ni bora kuliko Mugheiry.

Mugheiry alipolipata shairi hili naye papo hapo akajibu:

Hakika kunita akhi, ni kama uliyetufu
Si wewe swahibu dukhi, ambaye si ashrafu
Uzidipo kunifakhi, moto utashika ndifu
Nasikitika uchafu, kujibu kalima yako

Kule kumwita "akhi" ni kama aliyetufu Al-Kaaba ya Makka. Na kwa kuwa Ruweihy alikuwa akivuta sigara, "swahibu dukhi", naye alikuwa ni Ibadhi, na kwa Maibadhi sigara ni haramu, basi hana utukufu na akizidi kumchokoza moto utashika ndifu. Haya yalikuwa majibizano makali; na baada ya kupita miaka tisiini na mbili tokea kufa Kamange, yanaonekana ni kama ugomvi. Bali hii ndiyo iliyokuwa hali ya washairi wa siku hizo. Kulikuwa na mwimbaji wa Kiamu aliyeimba:

> Usione mashariya, ya watu wao kwa wao
> Tahadhari na kungiya, katika baina yao
> Mbuzi na ng'ombe wamoya, mtu mbali ni kondoo

Hata Sarahani na Kamange walikuwa hivyo hivyo; kama alivyosema Sarahani katika lile shairi la kumlilia Kamange:

> Twali tukitukanana, watu wasitudhaniye
> Kama hawa wapatana, ya ndani tusiwambiye
> Kufurahisha fitina, kusudi watuzomee...

Ushindani huo ulikuwa ni ushahidi wa usheha wa Kamange. Bin Khatoro aliwaambia:

> Napita nikiwahani, wandike kaditamati
> Khalifa wake ni nani, akae juu ya kiti?
> Acheze na Sarahani, iwane miti kwa miti
> Kamange kenda kaputi, masikini Basha-Ali

MUWACHENI ANIGHURI

Msamiati

LIMENIGHUMISHA	limenilemea; limenielemea
ANIGHURI	anizuzue
DARI-MADARI	(kwa) wingi
BADII JAMALI	mzuri kupita kiasi; mzuri sana
KUDAHADARI	kutatizika; kuduwala
VUNGEVUNGE	ovyo ovyo
KHANTWIRI	kitu kibaya; mtu mbaya (kwa tabia)
HANA PEZI / HANA TENGE	hana kasoro; hana ila; amepambika
MDAWARI	kila upande; pande zote
QAMARI	mwezi
KASWIBA	nzumari (hapa kwa maana ya mdomo usiokuwa mpana)
TUYURI	ndege

KHATWIRI	moyo
DURARI	lulu nyingi
TEKETEKE	laini
UFIZI	nyama iliyomo mdomoni inayoshikilia meno ya juu na ya chini; masine
SIWADHAKHIRI	siwaingilii (katika mambo yao)
KAMZAINI	amempa uzuri (wa umbo)
HALIKUJISIRI	halikujificha
ALIMSWAWIRI	alimpa sura (nzuri)
FYUKA	mti (wa mtego) ufungiwao uzi au ukambaa wa mtego
ULIMBO	mtego
BILAILI WA NAHARI	usiku na mchana
LATWIFU	mpole
KATWA	katu; hata kidogo
USHARI	ugomvi
AWANAKIDI	awatia kombo; awatia ila; awaumbua
WATAHAYARI	wanaona haya
GHUSNU-BANNI	kitanzu (cha mti) kilicho laini
IMPENDEZE SUDURI	kifua kimempendeza
KHAILI	nyumbu
ANAPOKWENDA MUGHARI	anapokwenda kwa maringo (vitani)
KUDHUMANI	(ma)komamanga
DUMU HAZITAGHAYARI	daima hazibadiliki
NASTAJIRI	naona raha
MAQAMU	(kwa) kiasi
BASHARI	binadamu
TUMBO LAKE MUDHMARI	tumbo lake (ni) jembamba
KWA ALFU MSAYARI	kwa hatua ndefu; kwa urefu
MIKANDO	vinoo vya dhahabu au vya fedha
AHMARI	nyekundu
KYAMBURI	koleo
AINI-L-HURI	hurilaini
KIJAA	jiwe la kusagia
AJIRENGA	anaringa; ajitwaza
RIHI	harufu (nzuri)
MASAFATUL QASWIRI	masafa mafupi

FIRASHI	tandiko
MAGUU QUMASHI	matege
BAIRI	ngamia
YAUMUN-NUSHURI	siku ya majuto; siku ya Kiyama, ambapo binadamu watahukumiwa na Mwenyezi Mungu kwa waliyoyatenda walipokuwa hai duniani. Waliotenda mema na kujiepusha na maovu, kulingana na maamrisho ya Mwenyezi Mungu (kulingana na mafunzo ya Uislamu), watalipwa mema; na waliotenda maovu watalipwa maovu na kuadhibiwa. Kwa hivyo, siku hiyo ni siku ya majuto kwa wale waliotenda maovu.
WA-QINA	
ADHABAN-NARI	na utuepushe na adhabu ya Moto wa Jahanamu
JUDUDI NA DUHURI	sasa na wakati ujao

Kweli pendo ladhiisha, khususwa likikithiri
Nami limenighumisha, mwenzenu sina khiyari
Na hivi lanikondesha, kwa yeye himfikiri
Muwacheni anighuri, ndiye Badii Jamali[28]

Ndiye Badii Jamali, hapa hana chanjari
Kwa naswaba na aswili, lubbu katika fakhari
Kwa iqibala na mali, ndiye jarra majururi
Muwacheni anighuri, ndiye Badii Jamali

Swifaze zimemweneya, jamii dari-madari
Yoyote kimtokeya, hawachi kudahadari
Ilahi kamja'liya, kwa jamali na uzuri
Muwacheni anighuri, ndiye Badii Jamali

Kichwa chake mviringe, ndiyo mwanzo wa khabari
Hakuumbwa vungevunge, kama hawa khantwiri
Hana pezi hana tenge, sawa sawa mdawari
Muwacheni anighuri, ndiye Badii Jamali

Ibara ya nywele zake, laini kama hariri
Nadhani kiyasi chake, ni dhiraa na shubiri
Mufti wa wanawake, ni huyu amedhihiri
Muwacheni anighuri, ndiye Badii Jamali

Macho mfano wa dira, kulla upande hujiri
Hudhani saba sayara, ndizo nyota mashuhuri
Anga hushinda Zuhura, hudanda kama qamari
Muwacheni anighuri, ndiye Badii Jamali

---

[28] Hili ni jina la mwanamke aliyemo katika hadithi za *Alfu Lela-u-Lela*, anayesifiwa kwa uzuri wake.

Midomo kama kaswiba, kupigiya nzumari
Kula kidogo hushiba, hudona kama tuyuri
Namtaka mwenye twiba, anipumbaze khatwiri
Muwacheni anighuri, ndiye Badii Jamali

Basi hikaya acheke, meno yashinda durari
Midomoye teketeke, ufizi kama johari
Banati nawaghasike, kwa haki siwadhakhiri
Muwacheni anighuri, ndiye Badii Jamali

Usowe nuru hucheza, kamzaini Qahari[29]
Japo pakiwa na kiza, hilo halikujisiri
Nyusi zikampendeza, puwa ilivyo kadiri
Muwacheni anighuri, ndiye Badii Jamali

Nyusi zimetiya kombo, Jalla alimswawiri
Zatosha kuwa ni chambo, au atakuaziri!
Wacha fyuka na ulimbo, hunaswa mwinyi hadhari
Muwacheni anighuri, ndiye Badii Jamali

Macho yake asinziya, bilaili wa nahari
Manukato anukiya, haliudi na ambari
Harufu ikikujiya, miski na kaafuri
Muwacheni anighuri, ndiye Badii Jamali

Uzuri kama Yusufu[30], au Siti-l-Buduri[31]
Moyo wake ni latwifu, katwa hajuwi ushari
Niacheni nimsifu, nikidhi yangu nadhiri
Muwacheni anighuri, ndiye Badii Jamali

---

[29] Kuna mapokezi mengine ya ubeti huu, ambayo ni tafauti kidogo:

> Usowe mvo hucheza, kamzaini Qahari
> Huona panapo kiza, hayo hayakujisiri
> Vazi limempendeza, kimo chake cha kadiri....

Licha ya tafauti hiyo, beti mbili hizi zina maana mamoja. Tafauti iliyopo ni ndogo kwa upande mmoja, na ni kubwa kwa upande mwengine. Udogo wake watokana na kwamba mtu aweza akatosheka na ubeti mmojawapo kati ya hizo, bila ya kuipoteza maana ya jumla iliyokusudiwa katika shairi. Na ukubwa wake ni kwamba huo ubeti uliotaja "puwa" wampelekea mtu kuuweka mbele kuliko huo mwengine. Sababu ya kuwa hivyo ni kwamba katika shairi hili Kamange amevitaja viungo vyote vyenye kumtia mtu shauku na hamu, na kuvichambua kimoja baada ya kimoja; lakini ila pua haimo katika shairi lote! Hailekei kwamba Kamange hakuitaja. Huenda tafauti yenyewe imesababishwa na upokezi.
[30] Nabii Yusuf, mtoto wa Nabii Yaakub, alikuwa na sura nzuri. Kwa mfano katika Qur'ani kisa cha Nabii Yusuf kimeelezwa kwa urefu, na jinsi mke wa mfalme wa wakati huo alivyosalitika na Yusuf kwa ajili ya uzuri wake, akamtamani na akataka kufanya naye kitendo, lakini Yusuf akakataa. Tizama Qur'ani katika Sura Yusuf, ambayo ni Sura ya 12.
[31] Mwanamke mwengine aliyemo katika hadithi za Alfu *Lela-u-Lela*, na ambaye amesifiwa kwa uzuri wake.

Sauti yake baridi, siwezi kuifasiri
Kama Mtume Daudi, anaposoma Zaburi[32]
Wenziwe awanakidi, kusema watahayari
Muwacheni anighuri, ndiye Badii Jamali

Shingo ya ghusnu-banni, impendeze suduri
Kama khaili medani, anapokwenda mughari
Shani zake kudhumani, dumu hazitaghayari
Muwacheni anighuri, ndiye Badii Jamali

Kifuwa cha muadhwamu, Ilahi nastajiri
Kilivyoumbwa maqamu, si jini wala bashari
Nani hafanyi wazimu, kupagawa na athari!
Muwacheni anighuri, ndiye Badii Jamali

Ni karimu wa karamu, si khiyana si jeuri
Hamuudhi Islamu, misheni wala kafiri
Kaaba[33] na Zamzamu[34], na Mto wa Kauthari[35]
Muwacheni anighuri, ndiye Badii Jamali

Hudhani kapigwa randa, tumbo lake mudhmari
Mfano limenishinda, si saji si sonobari
Ilahi alimpenda, kwa alfu msayari
Muwacheni anighuri, ndiye Badii Jamali

Mikono kama mikando, ya dhahabu ahmari
Iliyokatwa kwa tindo, koleo au kyamburi
Mbinu huchukuwa mwendo, aazimupo safari
Muwacheni anighuri, ndiye Badii Jamali

Swifa za kiuno chake, ni cha aini-l-huri
Kijaa cha wanawake, ajirenga kwa kiburi
Karafuu rihi yake, masafatul-qaswiri
Muwacheni anighuri, ndiye Badii Jamali

Aidha yake firashi, naam nimemkiri!
Hana maguu qumashi, yalokwenda mshadhari
Nawacheka maghushashi, wendao kama bairi
Muwacheni anighuri, ndiye Badii Jamali

---

[32] Waandishi wa habari za maisha ya Mitume wameeleza kwamba Mtume Daud alikuwa na sauti nzuri.
[33] Kaaba iko katika mji wa Makka. Ndicho kibla ambacho Waislamu wanaposwali, popote walipo ulimwenguni, hukielekea. Na Waislamu wanaokwenda kuhiji Makka huizunguka Kaaba mara saba, miongoni mwa mambo mengine ya kuitimiza ibada hiyo.
[34] Zamzam ni kisima kilichoko Makka katika msikiti wenye Kaaba. Kisima hiki kilichimbwa na Nabii Ibrahim.
[35] Kauthar ni mto ambao, kwa mujibu wa dini ya Kiislamu, uko Peponi.

Tausi na Saateni[36], hawa ni watu mahiri
Hawakhofu khazaini, jinsi walivyo jasuri
Kwa dira na kwa ramani, zawaeleya bahari
Muwacheni anighuri, ndiye Badii Jamali

Hiyo siku ya Qiyama, ndiyo yaumun-nushuri
Madhwalimu walalama, wakiwashwa ni Sairi
Rabbi utupe salama, wa-qinaa adhaban-nari
Muwacheni anighuri, ndiye Badii Jamali

Ya-Rabbi ndiye Wahidi, wa jududi na duhuri
Mnusuru na hasidi, uramali na sihiri
Kwa jaha ya Muhammadi, maaduwi wambari
Muwacheni anighuri, ndiye Badii Jamali

Tamma hayati nafusi, inshallah yangu dhamiri
Naapa sitamghasi, mpenzi hamkasiri
Yupi wa kumfilisi, Pemba hadi Zinjibari?
Muwacheni anighuri, ndiye Badii Jamali

∗ ∗ ∗ ∗ ∗

KILICHO MBALI MASHAKA

Msamiati

IMETAAYA	imechoka
JIZANI	gizani
THANI	pili
ZUHALI	hili ni jina la nyota. Kwa hivyo, tamko la "kiko katika Zuhali", maana yake ni kwamba kiko mbali; hakipatikani
MUSHTARA	jina la sayari mojawapo (ambayo kwa Kiingereza huitwa Mars)
THALITHU	tatu
GHAYA	mno; sana
NIMEGHILIBIKA	nimedanganyika
ZIMETWAWILIKA	(siku) zimekuwa ndefu; zimekuwa nyingi
CHAMBA	lau kwamba
YANGALIGANGIKA	yangetengenezeka; yangekuwa mazuri; yangekuwa bora

---

[36] Haya ni majina ya magawadi (makuwadi). Tausi alikuwa akiishi Pemba, na Saateni akiishi Unguja.

Nafsi imetaaya, hali yangu naudhika
Kulla nikiangaliya, naona nahuzunika
Shughuli zimeningiya, sana nimeshughulika
Kilicho mbali mashaka, hukili ukakinai

Kilicho mbali yakini, huli ukafurahika
Kama mtoto mimbani, mweziwe haujafika
Kama kitu cha jizani, kina nguvu kupatika
Kilicho mbali mashaka, hukili ukakinai

Hali tatu za moyoni, hukaa hazikumbuka
La kwanza umasikini, Rabbi alivyoniweka
Pendo halitobaini, dhahiri likaoneka
Kilicho mbali mashaka, hukili ukakinai

Thani niwape la pili, sikizani natamka
Ni kitu kilicho mbali, ni adimu kupatika
Kiko ndani ya Zuhali[37], Mushtara[38] kakishika
Kilicho mbali mashaka, hukili ukakinai

Thalithu napenda ghaya, sana nimeghilibika
Wala sipati himaya, mtu wa kunipeleka
Ndipo nikaleta haya, siku zimetwawilika
Kilicho mbali mashaka, hukili ukakinai

Chamba napata swahibu, mambo yangaligangika
Ambaye ni wa karibu, huko nyuma ya mpaka
Ningalipata sababu, harauni hazunguka
Kilicho mbali mashaka, hukili ukakinai

Kaditamati salamu, nakhofu kuzipeleka
Moyo wangu natuhumu, siri yangu kuja toka
Yakhi usinilaumu, asa' kheri ikashuka
Kilicho mbali mashaka, hukili ukakinai

$$* \quad * \quad * \quad * \quad *$$

[37 na 38] Haya ni majina ya sayari. Zuhali ni ile sayari ambayo kwa Kiingereza yaitwa "Neptune", na Mushtara ni "Jupiter". Katika elimu ya unajimu, Mushtara ni sayari inayobashiria mema.

RINGA MAASHUKI RINGA[39]

Msamiati

MAASHUKI	mwenye kutia ashiki
MKARAMU	(mtu) mtukufu
NGOWA	wivu (wa kutaka kuwa na kitu fulani au jambo fulani alilonalo mwengine)
DAHI	mwerevu
HUMSINGA	humpaka mafuta (mwilini)
SUUDI	furaha
HASADI	uhasidi; kijicho
SUDURI	kifua
QUMRI	jina la ndege
KIRIHANGA	jina la ndege
KUIZINGA	kuizunguka (dunia)
BORIBO	jina la embe

Nataka shika kalamu, niandike nikitunga
Nikae na mkaramu, niwache kutangatanga
Moyo wangu nifahamu, ghasiya nimezitenga
Ringa maashuki ringa, uwalize bora ngowa

Nafsi nimefurahi, kama ng'ombe namchunga[40]
Sipendi kumkirihi, kwa nguvu na kumpinga
Atosha alivyo dahi, akili zimemjenga
Ringa maashuki ringa, uwalize bora ngowa

Mimi kwangu mukhitari, hubaye imenifunga
Hunizuwiya safari, nikimuwaga hupanga
Inshallah simkasiri, nikafuwata wajinga
Ringa maashuki ringa, uwalize bora ngowa

Na haiba apendeza, khaswa akivaa kanga
Kulla mahali kajaza, wamsairi uchanga
Yuna bahati aziza, ashinda wenye uganga
Ringa maashuki ringa, uwalize bora ngowa

---

[39] Shairi hili halikupatikana kwa ukamilifu, ingawa ubeti wa mwisho umeanza na neno "tamati". Yawezekana neno hili lilitumiwa na baadhi ya wapokezi ili kulifanya shairi lionekane kama kwamba limekamilika. Yasemekana kwamba katika mapokezi ya asili, ubeti wa mwisho waanza kwa maneno: *Kabisa kasoro hana*
[40] Kuna mapokezi mengine ya kipande cha pili cha mshororo huu; nayo ni: kama ng'ombe himchunga.

Nywele hudhani sayidi, zinawirivyo kwa singa
Yuna watu makusudi, kulla siku humsonga
Rabbi kampa suudi, hasadi akimkinga
Ringa maashuki ringa, uwalize bora ngowa

Uso hudhani qamari, mwezi uletao anga
Ameinuka suduri, enda hivi kama ninga!
Sauti kama qumri, vidomo vya kirihanga
Ringa maashuki ringa, uwalize bora ngowa

Tamati kasoro hana, nimechoka kuizinga
Boribo zimekazana, maguu yameviringa
Mufti wa waungwana, hishimaye aichunga
Ringa maashuki ringa, uwalize bora ngowa

* * * * *

KWAHERI MPENZI WANGU

Msamiati

HAYATI NAFUSI	uhai wa nafsi (yangu)
HAUGHASI	nikausumbua
BAIDI	mbali
RAMSI	furaha
MABANATI	mabinti; wasichana
ABANUSI	mpingo

Ai hayati nafusi, swafi uliyeswafika
Sipendi mwingine basi, kukutiliya shirika
Moyo wako haughasi, mpenzi ukaghasika
Laazizi waondoka, kwaheri mpenzi wangu

Kwaheri mpenzi wangu, siwache kunikumbuka
Umenacha peke yangu, muradi nimeudhika
Naona hivi machungu, na machozi hunitoka
Laazizi waondoka, kwaheri mpenzi wangu

Kwaheri bila miadi, moyo wangu wazunguka
Wenda safari baidi, kwa milima na kuvuka
Lini utakaporudi? mwezi kwangu kama mwaka
Laazizi waondoka, kwaheri mpenzi wangu

Ama nawaza salamu, ulizo ukipeleka
Kwa siku zote dawamu, saa hukipumzika
Leo yote ni adimu, yale yamebadilika
Laazizi waondoka, kwaheri mpenzi wangu

Aidha hata tausi, asili hataoneka
I wapi tena ramsi, ya kusema na kucheka
Mabanati abanusi, njiya zitafukulika
Laazizi waondoka, kwaheri mpenzi wangu

Kaditama wenda zako, moyo wangu nna shaka
Wangapi walio huko, hawana budi kutaka
Na ufanyapo vituko, ujuwe yatanifika
Laazizi waondoka, kwaheri mpenzi wangu

✳ ✳ ✳ ✳ ✳

VYAKO[41]

Msamiati

KUSWIBU	kupata
UTABATWILI MAMBOYO	utabatilisha mambo yako; utaipangua mipango yako
PAYO	tabia ya kupenda kusemasema sana
UKIISHIRIKI	ukiishikilia sana (kiasi cha kwamba ukawa huwezi ku(i)kosa)
UMRIYO	umri wako
SALATA	mtu anayetia fitina baina ya watu ili wagombane
ASWAHI	(kwa) hakika
UKESHA PIYA	ukamalizika kabisa
HUSHIKIZWA TAMA	hushikishwa tama; hufanywa ukajuta; hujuta

---

[41] Shairi hili lilichapishwa mwanzo katika kijitabu cha W. H. Whiteley, *The Dialects and Verse of Pemba: An Introduction,* ukurasa 23, East African Swahili Committee, Kampala, 1958. Hata hivyo, kuna hitilafu kadha wa kadha za uchapaji - baadhi yazo zimeliumbua shairi kwa kulipunguzia mizani na kulitia pengo nyengine. Kwa mfano, katika kijitabu hicho, ubeti wa tatu waanza hivi: "Ni vyako na kwambakwamba", na kwa hivyo kuupangua mpango wa kila ubeti kuanza na neno "Vyako". Hitilafu nyengine iko katika ubeti wa sita, ambao mshororo wake wa pili wasema, "Vyako ni japo dhaifu".

Vyako ukiiandama, huja kuswibu pekeyo
Vyako vyako ni khasama, na kugomba na wenziyo
Vyako haiji kwa wema, ya "vyako" yajuwe siyo
Vyako hubadili moyo, ukagomba na jirani

Vyako unapoishika, ukasema vyako ndiyo
Vyako havitatendeka, utabatwili mamboyo
Vyako hukutiya shaka, uwapo mtu wa payo
Vyako hubadili moyo, ukagomba na jirani

Vyako na kuambaamba, na ati toba shikiyo
Vyako viumbe hugomba, japo na'we mzeeyo
Vyako huvunja majumba, ukamuwacha mkeyo
Vyako hubadili moyo, ukagomba na jirani

Vyako ukiishiriki, hutembei kwa nduguyo
Vyako hupati rafiki, huna mwema umriyo
Vyako ukiisadiki, mwema huwa khasimuyo
Vyako hubadili moyo, ukagomba na jirani

Vyako vyashinda kudhani, msishike yasemwayo
Vyako hupati mwandani, huna mwema maishayo
Vyako nyingi ni shetwani, imithili nafusiyo
Vyako hubadili moyo, ukagomba na jirani

Vyako ukiiswarifu, husemi na mpenziyo
Vyako ni jambo dhaifu, mtu handamani nayo
Vyako ifanye khafifu, usitirike haliyo
Vyako hubadili moyo, ukagomba na jirani

Vyako vyako ni khasara, mwisho ni vyako pekeyo
Vyako mtu humkera, kheri pima akiliyo
Vyako usipo fikira, wavunja mpya nyumbayo
Vyako hubadili moyo, ukagomba na jirani

Vyako ndiyo swalata, shati uone machoyo
Vyako ukiifuwata, aswahi wafa pekeyo
Vyako huleta ukata, ukesha piya maliyo
Vyako hubadili moyo, ukagomba na jirani

Vyako mwaipendeleya, ya vyako yajuwe siyo
Vyako yawaharibiya, msishike yasemwayo
Vyako mwisho hujutiya, wenzangu duniya siyo
Vyako hubadili moyo, ukagomba na jirani

Vyako ndiyo kudanganywa, khaswa zamani za leyo
Vyako chako hunyang'anywa, daima ukenda mbiyo
Vyako mwishowe husonywa, na wingi wa mazomeyo
Vyako hubadili moyo, ukagomba na jirani

Vyako hakika si njema, tamati ni kishiliyo
Vyako usipoinama, waudhika maishayo
Vyako hushikizwa tama, nawe ukasema: Ndiyo
Vyako hubadili moyo, ukagomba na jirani

✳ ✳ ✳ ✳ ✳

MASHUMU YANGU

Msamiati

AMEKOROWEZA	ameshindwa na mambo
MASHUMU	machungu
HICHI CHANGU!	hili ni tamko ambalo mtu hulitumia kusisitizia onyo analompa mtu. Ni kama kumwambia, "Wewe wafikiri kwamba hili nilisemalo halitakufika, au halitatokea, lakini nakuhakikishia kwamba litakuwa, na litakapokufika utakuja kuyakumbuka niliyokwambia."
DAHARI	miaka mingi
PUNGU	mnyama aliyefanana na ng'ombe
AIHAJIRI	aihame; aigure
KOMA	uwezo au nguvu, haswa ziaminiwazo kwamba zatokana na mizimu
HAKII MTUNGI	hapandi mtungi; hafai
FATINI	mtu mwerevu
VITINGU	vitimbi; vitimvi; hila
BILASHI	bila ya sababu
HANGUNGU	aina ya kitambaa kinene, ambacho si rahisi kuchanika
IDMARI	uvunjifu
NUNGU	mnyama mdogo mwenye miba, ambayo hutumiwa kushonea kofia za vito za Kiswahili
INKISARI	kasoro
FUNGU	mwamba

IMBARI	ijitenge naye
AMEYADAFII	ameyakinga; ameyalinda

Amekoroweza fundi, mwinyi fingo na mizungu
Azamiyaye minandi, bahari ya vunja tungu
Hazaini penye lindi, hupita jiza na wingu
Inshallah mashumu yangu, Mnyasa[42] yatamwondowa

Inshallah yatamwondowa, amepekuwa mvungu[43]
Posini atamwondowa, si urongo hichi changu!
Ni mbugu nasifiwa, enda nivunjiya jungu
Inshallah mashumu yangu, Mnyasa yatamwondowa

Akojoleya kilinge, kilichozikiwa nyungu
Wacha mwiba umsonge, anywe maji kwa furungu
Dahari haishi zinge, ulimwengu ni ukungu
Inshallah mashumu yangu, Mnyasa yatamwondowa

Tampigisha kwa buo, gombe pofu; kongwe pungu
Aihajiri Takao[44], Kamange kwa koma zangu
Juweni hana makao, nilivyomeza machungu
Inshallah mashumu yangu, Mnyasa yatamwondowa

Enyi mwendao Ging'ingi, mpandao pasi pingu
Jongoo hakii mtungi, Mnyasa hupanda mbingu!
Hana kheri Mwiirangi, kwa kula wali na dengu
Inshallah mashumu yangu, Mnyasa yatamwondowa

Anileta kwa Kipeni[45], haujuwi ulimwengu
Simba[46] yeye ni fatini, ajuwa kula vitingu
Kesho Mzambarauni, tahama miko na vyungu
Inshallah mashumu yangu, Mnyasa yatamwondowa

---

[42] Mnyasa alikuwa ni askari wa Polisi aliyekuwa akichukiwa sana na wakazi wa Pemba kwa sababu ya maonevu aliyokuwa nayo na kwa kuwavunjia heshima watu. Kamange alilitunga shairi hili kumuapiza Mnyasa baada ya kumkamata Kamange alipovunja sheria ya kafyu usiku. Baada ya kukamatwa, Kamange alilazwa korokoroni mpaka alipotolewa kwa amri ya Sheikh Muhammad bin Seif Al-Jeneby, aliyekuwa Naibu wa Kamishna wa Pemba.

[43] Mapokezi ya kwanza ya shairi hili yalitokana na Sayyid Hassan bin Nasir (maarufu kwa jina la Mwinyi Alawiy). Halafu likakamilishwa baada ya kupatikana katika nyaraka za Sheikh Salim bin Aliy Al-Mundhiry, aliyekuwa Mudiri wa Wete, Pemba, (na ambaye alifariki dunia katika mwaka 1972 akiwa na umri wa miaka 70). Kwa mujibu wa Sheikh Salim, yeye aliupokea ubeti huu kutoka kwa watu waliokuwa wakiishi na Kamange, hivi:

> Posini taondolewa, afungwe kamba na mbungu
> Ni mvungu nasifiwa, nimpaze kama pungu
> Na hivi adurusiwa, hafisi kila kitingu
> Inshallah mashumu yangu, Mnyasa yatamwondowa

[44] Hili ni jina la mahali Pemba.

[45] "Kipeni" ni jina ambalo wenyeji wengi wa Pemba walikuwa wakimwita Captain Tukmen, aliyekuwa Kamishna, Pemba, wakati wa utawala wa ukoloni wa Mwingereza. Mahakama yalikuwa chini yake.

[46] Huyu alikuwa ni mmojawapo wa maaskari, ambaye akiaminiwa kwamba alikuwa na fitina nyingi.

Ndimi Kongwe la Kisiwa, la tangu Abu na tangu
Mnyasa hajanijuwa, aja niwaziya pingu
Bilashi ajisumbuwa, halichaniki hangungu
Inshallah mashumu yangu, Mnyasa yatamwondowa

Ni mwanzo wa idmari, Mnyasa kushika nungu
Ashikwe na inkisari, apande juu ya fungu
Sirikali imbari, achukize kwa Wazungu
Inshallah mashumu yangu, Mnyasa yatamwondowa

Tamma siwezi andika, naona kizunguzungu
Mnyasa himkumbuka, natamani pigwa rungu
Mangapi aloyataka, ameyadafii Mngu!
Inshallah mashumu yangu, Mnyasa yatamwondowa

$$* \quad * \quad * \quad * \quad *$$

ULIPITA 'SHI NA YOMBE[47]

Msamiati

NYIMBIRI	aina ya shanga ndogo, nyeupe zipatikanazo baharini
UNYANJE	werevu; uhodari
KISIBU	aibu
KIFUKUMKUNYE	kwa siri
LIDUMBE	liseme
PENYEPENYE	fununu
GUBE	kinyume; hiana
MIJUMBE	inadi
MILAYO	mila yako
WAROMBE	makuwadi; magawadi
AKUZENGEYA	akutafuta

---

[47] "Ulipita 'shi na yombe", kwa maana ya ulipita ukingoni mwa dimbwi la maji. Yaani ulisalimika na hatari au madhara; ulinusurika; uliponea chupuchupu. "Kwa mujibu wa alivyonieleza Sheikh Salim bin Aliy Al-Mundhiry, ni kwamba Kamange alilitunga shairi hili baada ya Sarahani 'kumwoa siri' bibi mmoja aitwaye Panza wa huko Gando. Yasemekana usiku mmoja Sarahani alikwenda nyumbani kwa Panza akidhania kwamba hakuna aijuaye siri yake hiyo. Aghlabu, mtu aliyeoa siri hupenda kwenda kwa huyo mke wa siri usiku usiku, ingawa ndoa yenyewe ni ya halali. Hata hivyo, baadhi ya watu walijua siri hiyo, na wakataka kumkashifu Sarahani. Walivyofanya ni kwamba watu walimvizia Sarahani karibu na nyumba ya huyo mkewe wa siri. Sarahani alipofika mlangoni tu, mara watu watatu waliokuwa wamejibanza mikarafuuni wakajitokeza ili kumdhihirishia Sarahani kwamba wamemwona. Wadhihaki wa Sarahani wasema kwamba Sarahani aliyavua makubadhi yake akayashika mkononi na kuanza kutimka mbio, huku wale watu watatu wakimwandama. Baada ya kisa hicho kutokea, Kamange alimzuru Sarahani, ambapo Sarahani akamsimulia rafikiye, Kamange, mkasa uliomfika." *(Abdurrahman Saggaf Alawy)*

| TAHAYURI | hali ya kuona haya (kwa sababu ya kutenda jambo ovu au lisilopendeza) |
| MKINZI | mkinzani; mshindani; mkaidi |

Muhibu neleza vyema, wala usifumbefumbe
Ni ada ya mkulima, haachi katwa na jembe
Siulizi kwa khasama, sina fila hata chembe
Ulipita 'shi na yombe, ukauvuka wa Chanje[48]

Uliuvuka wa Chanje, wengeliwa na wakombe
Wengelitungwa kipunje, kama nyimbiri na mbe
Wengekwishiya unyanje, nusura wende ukambe
Ulipita 'shi na yombe, ukauvuka wa Chanje

Ushanitiya kisibu, haya yote yako Tumbe
Wanifanyiya aibu, Mtambwe hadi Mvimbe
Weshapata kisibabu, Majimbutu na Kanambe
Ulipita 'shi na yombe, ukauvuka wa Chanje

Wala usinidanganye, sinifiche hata chembe
Wacha kifukumkunye, ulilonalo lidumbe
Nasikiya penyepenye, hawana siri viumbe
Ulipita 'shi na yombe, ukauvuka wa Chanje

Kumbe vile Sarahani, kusema zembe uzembe
Kwa gube huwezekani, una ngeya kama ng'ombe!
Wapenda mitambuuni, wapiga wenziyo vyembe
Ulipita 'shi na yombe, ukauvuka wa Chanje

Wanicheka wanizoma, wanitoleya mijumbe
Leo jinalo lavuma, tangu Panza umchumbe
Kulla mcheka kilema, hafi illa kimkumbe
Ulipita 'shi na yombe, ukauvuka wa Chanje

Wataka vyako pekeyo, vya wenzio uvirambe
Khiyana ndiyo milayo, utatimbwa na warombe
Akuzengeya chezoyo, Mdahoma akutimbe
Ulipita 'shi na yombe, ukauvuka wa Chanje

---

[48] Mto wa Chanje. Huu ni mto ulioko Pemba, karibu na Gando.

Sharafa hilo la nini? Ni la bangi au pombe?
Ni afa za Firauni, kumbakumba na majumbe
Tahayuri za shetwani, kupiga vyanda na kumbe
Ulipita 'shi na yombe, ukauvuka wa Chanje

Sarahani nakwambiya, ndugu yangu sinigombe
Ukhalifa ni udhiya, uhadhari unyambembe
Ijaza haijangiya, ndipo ukatwe na nyembe
Ulipita 'shi na yombe, ukauvuka wa Chanje

Sarahani u mkinzi, ndipo daima nikwimbe
Ridhiya uwanafunzi, ukome usijigambe
Kwani hujajuwa kazi, pa mbizi wala mikambe
Ulipita 'shi na yombe, ukauvuka wa Chanje

Tamma mambo na wenyewe, ijaza shati uombe
Bure usijisumbuwe, si vyema usijitambe
Dudu kome nalambiwe, lisiliye penye pembe
Ulipita 'shi na yombe, ukauvuka wa Chanje

✳ ✳ ✳ ✳ ✳

DORIYA KAPATIKANA!

Msamiati

RABBI–TAKABALI–MINNA	rabbi tutakabaliye/tukubaliye (dua zetu)
LIZAMU NA DARIZENI	adhabu ya kupigwa viboko kumi na mbili
MADHILA	mateso
MDHANA	kisirani; ukorofi
MAGHIBU	upepo mkali
MMANDE	upepo

Nataka omba Jalali, itikiyani "Amina"
Muliyo Ntambwe Nyali, na watu wa Mbilingana
Chwaka hadi Tandawili, Tumbe na Wingwi ya Pwana[49]
Doriya[50] kapatikana, naende mbele afike

---

[49] Haya ni majina ya vitongoji mashuhuri vya Pemba.
[50] Doriya alikuwa ni askari wa gereza.

Naende mbele afike, Pemba asirudi tena
Jamii wanusurike, yawaondoke mahana
Khuduma waitumike, pasiwe kusukumana
Doriya kapatikana, naende mbele afike

Tulimuona Kungoni[51], alivyo akikazana
Kwa bakora mikononi, na watu kuwatukana
Lizamu na darizeni, uwongo mnapambana
Doriya kapatikana, naende mbele afike

Hapakuwa na nafasi, illa akishuka Bwana
Aondokapo ni basi, kupumzika hakuna
Yalimpita kiyasi, mamboye makubwa sana
Doriya kapatikana, naende mbele afike

Hapakuwa na julusa, ya tumbaku kuombana
Illa kwa kando kabisa, atakaye kutafuna
Nusuraye Babu Nywesa, kumshukiya fitina
Doriya kapatikana, naende mbele afike

Walio wakimwegama, masheha tuliyaona
Ni Ramadhani wa Juma, watu waliokutana
Na Jadi wa Kidorima, jamii wanyamazana
Doriya kapatikana, naende mbele afike

Rabbi zidi yamzidi, Allahumma Maulana
Iwe saada suudi, Rabbi-takabali-minna
Muondowe asirudi, Pemba libakiye jina
Doriya kapatikana, naende mbele afike

Mola hawachi mjawe, madhila wakasongana
Nawaarifu mjuwe, watumwa kwa waungwana
Doriya na mchungawe, kafa walibakizana
Doriya kapatikana, naende mbele afike

Hajuwi Pemba peremba, haufai ujagina?
Mashumu yakikukumba, haukutoki mdhana
Nenda kamwulize Simba, dola ilivyombana
Doriya kapatikana, naende mbele afike

---

[51] Kungoni ni mahali ambapo mahabusu walikuwa wakifanya kazi ya kuilaza milima.

Niyatili matulubu, twakuomba Subhana
Yamvumiye maghibu, kusi na mmande pana
Kwa baraka za Habibu, Musa bin Imrana[52]
Doriya kapatikana, naende mbele afike

Tamma ende mwana kwenda, Ilahi ndiwe Rabbana
Ende posi ya Uganda, ikamshukiye lana
Rabbi haya twayapenda, hima tupate bayana
Doriya kapatikana, naende mbele afike

✳ ✳ ✳ ✳ ✳

KWANI MTOTO KITUMBO...?[53]

Msamiati

MTOTO KITUMBO	mtoto mchanga; mtoto mdogo
AKHUWA	ndugu yangu
USUNGO	hali ya kuwa mjinga wa mambo yahusianayo na unyago
FYUKA	shuka
TAMBO	mtego
NDEMBO	tembo; ndovu
ASADI	simba
NDIMI	ni mimi
UDIL–KARAHA	aina ya udi ambao hutafunwa na mtu mwenye ugonjwa wa baridi yabisi kwa ajili ya matibabu
HUHARIKISHA	hutikisa; hufanya (kitu) kikawa na harakati

---

[52] Nabii Musa bin Imran. Katika ubeti huu, Kamange yuwamuomba Mwenyezi Mungu amgharikishe huyo Doriya, kama alivyomgharikisha Firauni na watu wake walipokataa kumfuata Nabii Musa, baada ya kuwalingana kwamba wafuate mafunzo aliyokuja nayo kutoka kwa Mwenyezi Mungu.

[53] "Nilizipata hizi beti nne za shairi hili katika daftari ya babangu, marehemu Mwinyi Alawy. Mwanzo sikujua kama shairi hili ni la kilma na jawabu mpaka baada ya kujuana na Matwar bin Sarahani. Yeye ndiye aliyenieleza kwamba shairi hili lilikuwa ni jawabu ya Sarahani kumtetea mwanawe, Salim bin Hemed. Huyu Salim bin Hemed alikuwa ni mjukuye Kamange kwa nasaba. Yasemekana kwamba Sarahani alimfunzia Salim ende akamtongoze msichana, ambaye Kamange alikuwa ana wivu naye. Kamange alipojua kwamba Salim amfanyia jeuri ya kumtongozea msichana wake, akapandwa na hasira kubwa, kama lionyeshavyo shairi. Kwa bahati mbaya haikuwezekana kuzipata beti zote za shairi hili; kwa hivyo hili halikukamilika. *(Abdurrahman Saggaf Alawy)*

Ewe Shekhe Sarahani, mbona mwanikaa kombo?
Hino ni suhuba gani? Akhuwa mna vikumbo!
Ndiyo akhiri zamani, viumbe hapana jambo
Kwani mtoto kitumbo, kunyanyuwa fyuka yangu?

Kunyanyuwa fyuka yangu, ni usungo ni urombo
Akatowa nyama wangu, aliye ndani ya tambo
Wanafunzio ni wangu, mbona wanifanya mambo?
Kwani mtoto kitumbo, kunyanyuwa fyuka yangu?

Salimu bin Hemedi, amejigeuza ndembo
Mchana hutaradadi, kwa salamu na hujambo
Usiku kama asadi, kwa jisu kuu na fimbo
Kwani mtoto kitumbo, kunyanyuwa fyuka yangu?

Kama mchezo mzaha, natupigane vikumbo
Ndimi udil-karaha, huharikisha mitambo
Jina langu simsaha, nala watu kama chambo
Kwani mtoto kitumbo, kunyanyuwa fyuka yangu?

* * * * *

KAMANGE HALI MAKOMBO

Akhuwa mwaarifiwa, Pemba mbiu ya mgambo
Sarahani wakhusiwa, mwenye kondo za vigambo
Bahati nimejaliwa, tangu azali kitambo
Kamange hali makombo, ala alichokiwinja

Katwa sirambi kiganja, naapa sili makombo
Nachaguwa nikiwinja, kilicho sura na umbo
Dudu kome talipunja, sichi vita vya kimwambo
Kamange hali makombo, ala alichokiwinja

Simba ala vya kuwanda, akiyameza matumbo
Shekhe ala vya kuvunda, viliwavyo na mabombo
Mabigili yawapenda, wachezao kwa urembo
Kamange hali makombo, ala alichokiwinja

Anadi akilingana, Pemba yote na majimbo
Izara kunitukana, jina kanita "mchimbo"
Wema wangu aukana, hajali kunila wambo
Kamange hali makombo, ala alichokiwinja

Kwani akhi wanichimba, sururu kwa mitaimbo?
Wala mimi sitakwimba, illa tafunguwa tambo
Mgema ukimgamba, hutiya mkojo tembo
Kamange hali makombo, ala alichokiwinja

Mchawi hatajwi jina, nitamtaja kwa fumbo
Usiku kwake mchana, enda nyanyuwa mitambo
Cha kutongozeya hana, mbona ahonga kifimbo?
Kamange hali makombo, ala alichokiwinja

Simama nitakushika, natujifunge masombo
Tucheze huku twacheka, tukitukanana nyimbo
Wajinga wafurahika, wakidhaniya magombo
Kamange hali makombo, ala alichokiwinja

* * * * *

TUMEZIPAZA NGOWEO

Zilitupita zamani, zamani zetu si leo
Twaliingiya ngomani, zumari na viapio
Twangiya mabigilini, twachaguwa tutakao
Tumezipaza ngoweo, hatuchezi ngoma tena!

* * * * *

N'NA MIYADI NA MWEZI

Shani mwezi utokako, unachwa na simamizi
Na huko utuliyako, kunachwa na wangojezi
Mtu enendaye huko, huliwa fupa na ngozi
N'na miyadi na mwezi, kuutiya mkononi

* * * * *

KIRIHANGA

Kirihanga ni mzuri, khaswa kidomo na puwa
Sautiye santuri, ndege akikwamkuwa
Si kinanda si zumari, si tarumbeta la Gowa
Wadhani ameibiwa, Peponi hurul-eni!

✳ ✳ ✳ ✳ ✳

NJO'NI MTAZAME WEMBE

Asiyekwenda hujuta, siku ya kuringa Wembe
Mkongwe ajikokota, mkulima acha jembe
Na ndege wapitapita, wasengenya mwana kombe
Njo'ni mtazame Wembe, aringa na bwana wake

✳ ✳ ✳ ✳ ✳

UHAI WA SWIFRIDI

Msamiati

SWIFRIDI	jina la ndege
BI–HADIYYA	
WA–HUDUDI	kwa zawadi na mipaka
NIMEKAA TABARADI	nimetulia
ZIWARIDI	jina la ndege
QUMURI	jina la ndege
KHATIMA	mwisho
NIKAHAMIDI	nikashukuru
JASADI	mwili
ABADI	milele

Ndege nimewaondowa, bi-hadiyya wa-hududi
Sina hamu sina ngowa, nimekaa tabaradi
Nimewahamisha njiwa, na jamii ziwaridi
Uhai wa swifridi, sipendi ndege mwingine

Dhamiri na niya yangu, nimfuge kwa juhudi
Nizivunje njia zangu, nituwe nikifaidi
Nihongere ndege wangu, peke yake asizidi
Uhai wa swifridi, sipendi ndege mwingine

Kakatuwa na kasuku, wamechoka na ahadi
Na teusi na chiriku, kuwondowa sina budi
Na sasa amewapiku, kwa bahati na suudi
Uhai wa swifridi, sipendi ndege mwingine

Nalikuwa na qumuri, mwizi akanihasidi
Kuona dhiki dahari, khatima nikahamidi
Rabbi ameshusha kheri, kupata mwema zaidi
Uhai wa swifridi, sipendi ndege mwingine

Weupe wa macho yake, wadhani zabarjadi
Maungo ya teketeke, hakukazana jasadi
Inshallah asinitoke, nikae naye abadi
Uhai wa swifridi, sipendi ndege mwingine

Kaditama nimetuwa, nimewacha hodi hodi
Mapenzi yetu ya sawa, amma yeye kashitadi
Sasa nimepata dawa, ya kunituza fuadi
Uhai wa swifridi, sipendi ndege mwingine

❋ ❋ ❋ ❋ ❋

SASA NAPATA STIMA

Msamiati

GHANIMA	neema
TIMAMA	timamu; iliyotimu; kamili
AQALI AYYAMA	siku chache
JADIDI	(m)pya
SWABAHI	asubuhi
TAKRIMA	karamu
LAHAMU	nyama
RIHI	harufu (nzuri)
BAQARA	ng'ombe
GHANAMA	mnyama
MBISHO	hali au upande upepo unakovumia wakati chombo, kama vile jahazi au mashua, kiko baharini
UKALIDHALILI	ukalidharau
ADHA	usumbufu; mashaka
ADHWIMA	tukufu
HASHO	kiraka cha ubao au chuma kinachotumiwa kuzibia tundu au ufa katika chombo cha baharini

Rabbi Ghafuru Rahimu, amenijaza ghanima
Kanipa stima Rumu, kusafiriya dawama
Sultwani Muslimu, kanipa bure na wema
Sasa napata stima, siudhiki kwa safari

Siudhiki kwa safari, sasa napata stima
Jazira na Zinjibari, yenda kwa saa timama
Ulaya na Banadiri, yenda aqali ayyama
Sasa napata stima, siudhiki kwa safari

Stima yangu jadidi, haina maji alama
Aliitaka Sayyidi, alipokuwa Mrima
Alikwisha jitihadi, isende Darisalama
Sasa napata stima, siudhiki kwa safari

Stima yangu swabahi, hufanyiwa takrima
Idadi tende na shahi, mikate ya kusukuma
Lahamu hutowa rihi, ya baqara na ghanama
Sasa napata stima, siudhiki kwa safari

Tamma chombo na mbisho, huona adha adhwima
Mara huzumbuka hasho, kwa mawimbi na mrama
Ukalidhalili posho, kunde mbovu na mtama
Sasa napata stima, siudhiki kwa safari

✳ ✳ ✳ ✳

NAKWITA NURU YA MJI

Ewe kito almasi, mwinyi nuru ya siraji
Huyo yuwaja tumisi, wa naswaha msemaji
Uje kwangu turamisi, ndilo nnalotaraji
Nakwita nuru ya mji, ulizae wake ngowa

...., ...
Akupataye kwa siri, ashinda aliyehiji
Kaifa hiyo dhahiri, ambaye akuzawiji!
Nakwita nuru ya mji, ulizae wake ngowa

✳ ✳ ✳ ✳

TWAWAFUMA KWA UBUWA

Msamiati

KALILI	chache
TWEJUWA	twajua; tukijua
VIKAWAGHURI	vikawadanganya
WAKADHABIHIWA	wakachinjwa

Sisi hatuweki miko, maradhi yasiyopowa
Ya-Ilahi Mngu yuko, Ya-Rabbi atatuvuwa
Huyo mwinyi chokochoko, siri tumeifunuwa
Twawafuma kwa ubuwa, ndege wana hila gani?

Si kalili majasusi, hikima tulizopewa
Ndege hawana kisasi, tangu zamani twejuwa
Tutawapiga risasi, mitungo tukichukuwa
Twawafuma kwa ubuwa, ndege wana hila gani?

Makoo yako nyumbani, ya karibu kuanguwa
Tuna tamaa mwishoni, hutataka kuyauwa
Na ninga tele mwituni, hivi sasa twasuguwa
Twawafuma kwa ubuwa, ndege wana hila gani?

Wako hao usufuri, ambao ni waelewa
Humwagiwa kumpuri, na vichanga vya haluwa
Hudona vikawaghuri, mara wakadhabihiwa!
Twawafuma kwa ubuwa, ndege wana hila gani?

✳ ✳ ✳ ✳ ✳

ATAKUJA WADHIISHA[54]

Msamiati

AMEOTAMA   ametotama; amechutama

ATAKUJA WADHIISHA atakuja kuwapa shida; atakuja kuwatia katika matatizo

Mugheiry:

Kamange ameotama, mkiya arusharusha
Enyi walinda mtama, ndugu nawahadharisha
Nyama asiye huruma, fanyeni ya kumtisha
Atakuja wadhiisha, kuwafujiya vilimo

Kamange:

Kamange bure navuma, mambo yamenichokesha
Sina haja na khasama, kujipunguza maisha
Msije mkanifuma, bure mkanidhiisha
Najipitishapitisha, kutazama hali zenu

✻ ✻ ✻ ✻ ✻

AKHI NATAKA HIMAYA[55]

Msamiati

STAJIRI   omba msaada

ALIYA   tukufu

AKHI   ndugu (yangu)

HIMAYA   ulinzi

HAIJANELEYA   sijaielewa

MILAYO   mila yako

---

[54] Kwa bahati mbaya, beti zilizopatikana ni hizi mbili tu. Yamkini hili lilikuwa ni shairi la majibizano marefu. Maelezo yaliyopatikana kuhusu shairi hili ni kwamba ilikuwa ni wakati wa jioni, kiza chaanza kuingia. Muhammad bin Khamis (maarufu kwa jina la Mugheiry) alikuwa nyuma ya sebule yake huko Finya, Pemba, akishughulika na kutengeza karafuu. Hatua chache kutoka pale alipokuwako, mara Mugheiry akamwona Kamange yuwenda kwa kunyapanyapa. Mugheiry akashuku kwamba lazima Kamange ana mpango fulani karibu na mtaa huo. Akitahamaki, Kamange akajikuta yu uso kwa uso na swahiba yake, Mugheiry! Hapo hapo Mugheiry akatokwa na ubeti. Yasemekana kwamba Kamange, kutokana na kushtukizwa hivyo, hakuwa na jawabu ya nguvu, kama ilivyokuwa kawaida yake, bali alibaki akilalama tu. *(Abdurrahman Saggaf Alawy)*

[55] "Beti tulizozipata ni hizi mbili tu, ingawa shairi lenyewe lilikuwa refu. Tuliambiwa kwamba mtu aliyekuwa akizijua kwa moyo beti zote za majibizano baina ya washairi hawa wawili ni Sheikh Diwani bin Muhammad Al-Maamiry. Hadithi ya majibizano haya ni kwamba Kamange alikusudia kufanya ziara fupi Wasini, Pwani ya Kenya. Mugheiry akenda kwa Kamange kurakibisha mpango huo. Yasemekana kwamba Mughery hakumkubalia. Siku chache kabla ya safari yake hiyo, Kamange akashikwa na maradhi na akafa baada ya muda mfupi." *(Abdurrahman Saggaf Alawy)*

Kamange:

Nimekuja stajiri, katika dola aliya
Mimi mtu wa bahari, bara haijaneleya
Penye dhara na khatari, Kamange najikhofiya
Akhi nataka himaya, na zana kwangu mwenyewe

Mugheiry:

Shairi limewasili, kwangu limefikiliya
Nawaza yangu akili, shauri la kutumiya
Ni kheri kufuga ghuli, milayo naisikiya
Kwa Qasamu niapiya, kuhozi biladi zangu

✳   ✳   ✳   ✳   ✳

NYAMBILIZI

Msamiati

UJUBA	hali ya mtu kujifanya anajua kila kitu; ujuvi; ujuaji
TAKABURI	kiburi; majivuno
MLI	mlikuwa
MLITAQIDI	mliamini; mlishikilia
TWIBU	rojo la mchanganyiko wa vitu mbalimbali ambalo hutumiwa na Waswahili kujipaka mwilini
LILO	hilo hilo
MKITAUWA	mkichagua
KAUNYAKA	aina ya kileo

Ujuba na takaburi, hilo kwenu lilikuwa
Mkifanyiza jeuri, mkichinja na kuuwa
Leo ni bei khiyari, hapana cha kununuwa
Hadi ni kufilisiwa, hadi kuuza sahani!

Mli mkija Unguja, kwa baragumu na siwa
Kulla mkitaka haja, hukhalisi kwa baruwa
Leo hata pesa moja, hapana kuaminiwa
Hadi ni kufilisiwa, hadi kuuza sahani!

Ziwapi jagaranati, mlizo mkikunjuwa
Mkilegeza sauti, na vilemba kuchongowa
Sasa mwatamani pati, ingawa ya kuvuliwa
Hadi ni kufilisiwa, hadi kuuza sahani!

Mlitaqidi nasibu, "Lete!" "Kaweke!" "Chukuwa!"
Rehema na Zainabu, hukanda na kusuguwa
Leo mwatamani twibu, mwalisaga lilo liwa
Hadi ni kufilisiwa, hadi kuuza sahani!

Yawapi madarizeni, mliyo mkitauwa
Kaunyaka na shampeni, mkitwaa kwa Magowa
Leo paka yu mekoni, hakuna cha kuepuwa!
Hadi ni kufilisiwa, hadi kuuza sahani!

Yale maji ya barafu, mliyo mkifanyiwa
Na mikate maarufu, bisikoti na haluwa
Leo mwataka harufu, kutiya katika puwa
Hadi ni kufilisiwa, hadi kuuza sahani!

✳ ✳ ✳ ✳ ✳

WAGOMBAO HUPATANA

Msamiati

AYYUHAL MUHIBBINA	ewe mpenzi wetu
MJUVI	mtu anayejua (mambo) sana
WATWANI	mji
ASHADDU FITINA	fitina kubwa
TWIBA	matibabu
HUKHALIFIYANA	hutafautiana
HUJIRI	hutokea
WENDEKEZA	unadekeza; unatendekeza

Ewe mpenzi azizi, ayyuhal muhibbina
Mjuvi wa maongezi, aidha kulla namna
Wanipita siku hizi, kama usiyeniona!
Wagombao hupatana, rudiya watwani wako

Rudiya watwani wako, uje unipe maana
Nijuwe la ndani yako, tupate suluhiana
Maneno ya vyako vyako, ndiyo ashaddu fitina
Wagombao hupatana, rudiya watwani wako

Kisirani siyo haja, mpenzi sikiya sana
Watu wakiwa pamoja, hawaachi kugombana
Lipitalo hulivuja, hungoja lijalo tena
Wagombao hupatana, rudiya watwani wako

Ni wangapi makhasimu, tuliyokhasimiyana!
Roho tukaisalimu, na mimi tukitakana
Mpenzi nikikukimu, mbona twafarikiyana?
Wagombao hupatana, rudiya watwani wako

Kwani pendo madhulumu, mwana tumezoweyana
Wala sina tabasamu, ya kula na kutafuna
Najuwa halishi hamu, linalopita hupona
Wagombao hupatana, rudiya watwani wako

Sili kitu nikashiba, moyo ukatulizana
Nikikukumbuka twiba, huwa maarifa sina
Haunitoki mswiba, illa kwa kurudiyana
Wagombao hupatana, rudiya watwani wako

Ulimwenguni maneno, hivi hivi hupandana
Ikiwa ni msongano, watu huswameheyana
Machungu yasiwe mno, mpenzi si kiungwana
Wagombao hupatana, rudiya watwani wako

Kaditamati shairi, watu hukhalifiyana
Dawamu mambo hujiri, kisha wakaridhiyana
Wendekeza khantwiri, wala hamkufanana!
Wagombao hupatana, rudiya watwani wako

* * * * *

MWENYEWE TAFUNGAFUNGA[56]

Msamiati

MAKAANGA	makarara
CHONGA	fitina
AKRAMU	tukufu
MAHAZAMU	kitambaa kipana anachojitatiza mwanamume tumboni, hasa wakati wa vita ili kujikinga na silaha kama vile kisu, jambia au upanga; masombo
ʻTAKATA	nitakata
WAGINGAGINGA	wasitasita
KARIHA	ulazimishaji

---

[56] Asili ya shairi hili ni kwamba nyumba ya Kamange ilipobomoka, alimwendea mmojawapo wa jamaa zake kumuomba amsaidie kuijenga. Lakini huyo jamaa yake akawa akimdanganyadanganya na kila siku kumtilia tarehe. Ndipo hatimaye Kamange akampelekea shairi hili.

Kukutaka msaada, usidhani ni ujinga
Hupatikana faida, na uso kujikuunga
Naona tuna muwada, kwako naliya uchanga
Mwenyewe 'tafungafunga, nipate hema nilale

'Tafungafunga mabuwa, kama mfano wa tenga
Pa mlango tazibuwa, nizibe kwa makaanga
Si haja kujisumbuwa, ulimwengu una chonga
Mwenyewe 'tafungafunga, nipate hema nilale

Sendi kuomba Selemu, wala Makuwe na Finga
Haihati akramu, hadhi yangu naichunga
Sijifungi mahazamu, haomba kama Wamanga
Mwenyewe 'tafungafunga, nipate hema nilale

Tele michenza msitu, 'takata si ya kudanga
Sitashindana na watu, wendao Simba Uranga
Kijibanda pima tatu, mwenyewe 'taungaunga
Mwenyewe 'tafungafunga, nipate hema nilale

Hukuweza kata puwa, wajihi ukauunga
Wajizuzuwazuzuwa, juso govi kimalenga
Hali yangu waijuwa, siri ya ndani ni kunga
Mwenyewe 'tafungafunga, nipate hema nilale

Mosi moja hudhuruni, daima wagingaginga
Hunionei huzuni, kunipa mtu kujenga
Nifanyeje masikini, fakiri sina muhanga
Mwenyewe 'tafungafunga, nipate hema nilale

Tamma yatosha lawama, beti nilizozitunga
Kariha haiji vema, hiwaza Bwana wa Shanga
Karafuu sijavuna, na muda wazidi songa
Mwenyewe 'tafungafunga, nipate hema nilale

* * * * *

NIPATIYENI MWATIME

Msamiati

MWATIME	kishali
NIULIYE	nitolee

Muhibu ita wenzio, Allah! Allah! Paka Shume
Kadiri uwajuwao, mukae njama museme
Wala pasiwe mkao, nikosapo niazime
Nipatiyeni mwatime, niuliye sikukuu

Enyi wanafunzi wangu, mwaniuwa kwa mzeme
Kuna baridi na wingu, mwangojeya kuditime
'Tajaingiya uchungu, gaga lije liwangame
Nipatiyeni mwatime, niuliye sikukuu

Wanangu nianjieni, nami kwa watu nivume
Nendapo mahadharani, kiulizwa muungame
Yaenee mitaani, kwa washoni na wajume
Nipatiyeni mwatime, niuliye sikukuu

Paka fanyiza juhudi, wenzio uwaandame
Nipate kanzu ya Idi, nijione mfalume
Afanyaye ukaidi, talmidhi ni ukame
Nipatiyeni mwatime, niuliye sikukuu

Tamma na hiyo baruwa, wape kyafa waisome
Ambaye hataki towa, akajifanya kangame
Shati 'tamlisha kowa, moyoni ampe chame
Nipatiyeni mwatime, niuliye sikukuu

✳ ✳ ✳ ✳ ✳

RABBI AMENIPA PERA

Msamiati

HANA JORA	hana mwenzake
JAZIRA	kisiwa
HUDAHADARA	huzunguka
KUTIRIRA	kutia maringo
IBURA	ajabu
KISIRAJI-LIL-MUNIRA	kama taa inayong'aa
SITURA	(neno hili limetumika hapa kwa maana ya "beti")
SWAGHIRUHU-L-KABIRA	udogo wake ni ukubwa
QADI JARA	amepita

Nisifu wangu mrembo, kwa haiba hana jora
Mwenye katwaa na umbo, jamii yote jazira
Marini tena utambo, ni mzuri khaswa sura
Rabbi amenipa pera, tunda jema la Peponi[57]

Rangi yake ya dhahabu, uso wake mduwara
Mimi amenighilibu, rohoni anikwangura
Namkiri kwa adabu, ajuwavo msayara
Rabbi amenipa pera, tunda jema la Peponi

Ni shani siku ya kuja, akili hudahadara
Na sasa sina mmoja! kyafa wote maadhura
Jina siwezi mtaja, Yallah naomba sitara
Rabbi amenipa pera, tunda jema la Peponi

Adimu namna yake, Mkokotoni na Mwera
Aswahi yu peke yake, Stambuli[58] na Baswara[59]
Haiwi maringo yake, ajuwavo kutirira!
Rabbi amenipa pera, tunda jema la Peponi

Ni yeye sina wa pili, amma yake ni ibura
Umshikapo muwili, huruka kama mpira!
Khaswa ukimkabili, humuoneya khasara
Rabbi amenipa pera, tunda jema la Peponi

Puwa yake ya upanga, imesimama mnara
Ajiliza kwa uchanga, ni shani akirembwera
Na macho huleta anga, kisiraji-li-munira
Rabbi amenipa pera, tunda jema la Peponi

Kaditamati shairi, ni sabaati situra
Naaswihi kwa uzuri, swaghiruhu-l-kabira
Na ambaye ajasiri, na'fahamu qadi-jara
Rabbi amenipa pera, tunda jema la Peponi

※ ※ ※ ※ ※

---

[57] Kuna mapokezi mengine ambayo yana kibwagizo tafauti: 'Rabbi amenipa pera, kipendo cha roho yangu'.
[58] Mji wa Istanbul, ulioko Uturuki.
[59] Basra, mji ulioko Iraq.

KULLA MZOWEYA TANGA

Ilaa Shekhe-l-muhibbu, amma kweli u mjinga!
Hikudhaniya swahibu, u mwelewa zote kunga
Naona wajiadhibu, mwisho nitakusimanga
Kulla mzoweya tanga, kuketi ndani hawezi

Kuketi ndani hawezi, kulla mzoweya tanga
Wajisulubu majenzi, jitihadi ya kujenga
Kutafakari huwezi, bilisi amekutinga
Kulla mzoweya tanga, kuketi ndani hawezi

Ujapo mtiya ndani, ukazikusanya kanga
Ukayalipa madeni, ya Wahindi na Wamanga
Na mchele juniyani, vitu pasiwe kutanga
Kulla mzoweya tanga, kuketi ndani hawezi

Ujapo msabiliya, hilo kwake si uganga
Mapesa kumuwachiya, kwa masamli na nyunga
Yote yatamchukiya, ataona wamfunga
Kulla mzoweya tanga, kuketi ndani hawezi

Liakhi japo jikaza, kwa bidii ya kuchunga
Sidhani yatalegeza, mtu milele hukonga
Mwisho atakuteleza, mfano kama mkunga
Kulla mzoweya tanga, kuketi ndani hawezi

Awali atakuaga, "Leo Bwana nenda songa
Nywele zangu zina aga, zitazame zangu singa
Nina miyadi na shoga, kwenda kwake kuzisonga"
Kulla mzoweya tanga, kuketi ndani hawezi

Na usipomruhusu, juwa atakubananga
Daima uwe mtusi, kama mtoto mchanga
Illa upate nafasi, ya kwenda na kujipunga
Kulla mzoweya tanga, kuketi ndani hawezi

Tamma raha haiwezi, ataona wamfunga
Afikiri ubazazi, na ngomani akiringa
Bidaa ya kijakazi, ndiyo anayojilinga
Kulla mzoweya tanga, kuketi ndani hawezi

* * * * *

INNASH-SHAYTWAANA LAKUM 'ADUWWUM-MUBIYN[60]

Msamiati

ILAA KAAFATIL–'ULA, WA JAMII QUDHWAAKUM	kwa watukufu wote, na makadhi wote
KUBARAI WAL–'ULA	wakuu na watukufu
KITABUN ATAAKUM	ninawapa au ninawaletea kitabu/barua
GHADAA TAHTA RABBIKUM	kesho (siku ya Kiama) mtakuwa chini ya Mola wenu
NADHWARA FIYKUM	(ni) onyo kwenu
GUBE	hiana; kinyume
HAWAAKUM	matamanio yenu
WUZARAI	mawaziri
TABI'UN AMRAKUM	wafuatao amri zenu
'AALIMUL–'ULAMAI	mjuzi wa wajuzi
DHWAHIRU WA FAWQAKUM	walio chini na walio juu yao
SUKARAI	waliolewa (kwa kiburi)
TARAGHANI MITHLAKUM	kiburi mfano wa chenu
JUU LAKUM	juu lenu; juu yenu
ALKUTUBUL–QADIMU	vitabu vya kale
SWARFA TWAMAAKUM	muondoe tamaa zenu
FATRUKUM TWAMAAKUM	ziacheni tamaa zenu
MATAA HAADHA WA'ADAKUM	muda wenu utafika lini?
TAKALLAMA AYDIYKUM	mikono yenu itasema

---

[60] Hii ni sehemu ya Aya ya Qur'ani iwatahadharishayo binadamu kwamba shetwani ni adui yao aliye wazi! "Nilimpokea babangu, Mwinyi Alawy, akisema kuwa asili ya shairi hili ni kwamba kulienea ufisadi Pemba, uliokuwa ukifanywa na watu wakubwa wenye madaraka. Yalipotokea hayo, Sayyid Alawy bin Mundhwir alikutana na Kamange wakayazungumza mambo haya kwa siri. Matokeo yake yakawa ni kutungwa shairi hili. Kuna kauli yenye nguvu isemayo kwamba aliyelitunga ni Kamange. Lakini kwa vile Kamange alikuwa heshi ghasia baina yake na serikali, ndipo akalifanya shairi ni kama rungu livurumizwalo gizani, ili asijulikane kwamba ni yeye aliyelitunga. Ndipo likatoka kwa jina la Sayyid Alawy bin Mundhwir. Shairi hili lilikuwa maarufu sana wakati huo, na likisomwa mara kwa mara katika kumbi ili kupeana mawaidha na kuonyana kuhusu mambo ya Akhera." *(Abdurrahman Saggaf Alawy)*

TASH–HADU	
ARJULUKUM	miguu yenu itatoa ushahidi
SWIYAHA FAWQAKUM	mkipiga siyahi; mkipiga kelele za machungu
DHULMAKUM	dhuluma zenu
ZUBBUKUM	makende yenu; mapumbu yenu
KUMBAKUMBA	mkuu
HAYAATIKUM	
WA MAMAATIKUM	uhai wenu na mauti yenu

Ilaa kaafatil-'ula, wa jamii qudhwaakum
Kubarai wal-'ula, salamun 'alaykum
Leo hapana kulala, kitaabun ataakum
Innash-shaytwaana lakum, 'aduwwum-mubiyn

'Aduwwum-mubiynu, ghadaa tahta Rabbikum
Hilo maalumu kwenu, lakini nadhwara fiykum
Halifai gube lenu, musifuwate hawaakum
Innash-shaytwana lakum, 'aduwwum-mubiyn

Makhsusi wuzarai, tabiy-'un amrakum
'Aalimul-'ulamai, dhwahiru wa fawqakum
Piya nyote sukarai, taraghani mithlakum
Innash-shaytwana lakum, 'aduwwum-mubiyn

Ichukuweni hukumu, muiweke juu la-kum
Alkutubul-qadimu, amri ya Mawlakum
Ndipo mlete lizamu, na swarfa twamaakum
Innash-shaytwana lakum, 'aduwwum-mubiyn

Ilikatazwa rushuwa, fatrukum twamaakum
Jambo lisilo muruwa, mkafuwata hawaakum
Rabbi hakufurahiwa, mataa haadha wa'adakum
Innash-shaytwana lakum, 'aduwwum-mubiyn

Kesho siku ya Kiyama, takallama aydiykum[61]
Ni hapo penye zahama, tash-hadu arjulukum
Swiyaha mwenda lalama, na adhabu fawqakum
Innash-shaytwana lakum, 'aduwwum-mubiyn

Tamma mkikasirika, ifaeni dhulmakum!
Haiswiri kutanika, mkikokota zubbukum
Kumbakumba katamka, hayaatikum wa mamaatikum!
Innash-shaytwana lakum, 'aduwwum-mubiyn

* * * * *

NANI AJUWAYE PENDA?[62]

Msamiati

MUD–HISHUL– UQULI	mpoteza akili (kwa amwonaye)
KATAKAMALI	amekamilika
PUWA FYANDA	pua shete; pua ya kubabatana; kinyume cha "pua ya upanga"
ILAYE	ila yake; kasoro yake
ANESA	anepa; anyumbuka
ZENENGO	(sauti ya) mvumo
GONDA	sauti nene; sauti mbaya
PIGA MUUNDA	piga teke
KUDHUMANI	komamanga
HIMTAFUNA VIFUNDA	nikimbusu
MICHUCHU	maziwa/matiti makubwa

---

[61] Hizi ni sehemu za Aya ya 65 ya Sura ya 36 (Sura Yaa-siyn) katika Qur'ani: *Alyawma nakhtimu 'alaa af-waahihim wa-tukallimunaa aydiyhim wa-tash-hadu arjuluhum bi-maa kaanuw yaksibuwn*, inayohusu habari ya wale watakaokuwa katika moto wa Jahanamu: Kwamba hawatakuwa na njia yoyote ya kukana maovu waliyoyatenda duniani walipokuwa hai, kwani siku hiyo Mwenyezi Mungu ataifunga midomo yao, na badala yake viungo vingine vya miili yao ndivyo vitakavyokuwa vikitoa ushahidi dhidi ya watu hao kwa kumuasi Mwenyezi Mungu. Maana ya Aya hiyo ni: "Siku hiyo tutaviziba vinywa vyao, ituzungumze mikono yao na itoe ushahidi miguu yao kwa yale waliyokuwa wakiyachuma" (yaani madhambi yao).

[62] Majibizano haya hayakutungwa siku moja. Kwa hivyo si majibizano ya papo kwa papo. Ifahamikavyo ni kwamba Ruweihy aliliona shairi la Kamange muda mrefu baada ya kutungwa; naye akalitungia jawabu. Ingawa shairi hili lilitungwa Pemba mwanzoni mwa karne ya ishirini, umaarufu wake uliendelea kwa miaka mingi, mpaka Bwana Abdurrahman Saggaf Alawy akaja akalipokea kutoka kwa Seif bin Aqida Ahmad Al-Mauly wa Vanga, katika mwaka 1941. Na wakati wa ziara yake huko Pemba, Bwana Abdurrahman Saggaf Alawy alikutana na Ruweihy (ambaye jina lake haswa ni Muhammad bin Juma Kharusy). Baadhi ya wasimulizi waeleza kwamba Kamange mwenyewe ndiye aliyemtia chocha (aliyemchochea) Ruweihy kulijibu kwa namna ya kuuvunja uzuri wa huyo asifiwaye. Shairi hili lilipopatikana kwa ukamilifu ilikuwa ni mwaka 1976.

CHANDA	kidole
AQALI	(kwa) uchache
MWANANGWA	mwana wa watu!; mtoto wa watu!; mtoto wa wenyewe!
HUWAL–HAQIRI	ni mimi mnyonge
BANADIRI, BULUGHI, BURINDA	majina ya miji
LIBASI	nguo
UTURI	manukato
MWENDA	mwendawazimu

Kamange:

Mud-hishul-uquwli, umuonapo akenda
Mzuri katakamali, umbole hakujipinda
Alivyo sura jamali, sioni wa kumshinda
Nani ajuwaye penda, kya yahyal-fuadi?

Ruweihy:

Ni mrembo Basha Ali, una nini warerenda?
Huyo hakutakamali, kwanza ana puwa fyanda
Ndiyo ilaye ya pili, mwendowe wa kujipinda
Wacha Basha kujipinda, yahya hashindi mtu

Kamange:

Akenda hutupa shingo, ajuwa na kujitanda
Na jumla ya maringo, sauti kama kinanda
Ukimgusa maungo, anesa kama ulanda
Nani ajuwaye penda, kya yahyal-fuadi?

Ruweihy:

Ajuwaje tupa shingo, mtu mfupi kidunda?
Sauti kama zenengo, jinsi alivyo na gonda
Hajuwi nesa maungo, japo mpiga muunda
Wacha Basha kujiponda, yahya hashindi mtu

Kamange:

Akiniona huliya, mfano wa njiwa kinda
Kudhumani huchezeya, himtafuna vifunda
Uso wake qamariya, mwezi ambao wadanda
Nani ajuwaye penda, kya yahyal-fuadi?

Ruweihy:

Akikuona huliya, kwani upate mfunda
Ni lipi la kuchezeya, hiyo michuchu mitanda
Usowe si qamariya, ana jichwa pandapanda
Wacha Basha kujiponda, yahya hashindi mtu

Kamange:

Kidomo kama kaswiba, ni shida kupita chanda
Kidogo hula hushiba, wala hadhofu huwanda
Sitaki vinywa mikoba, hashibi ni kama nunda
Nani ajuwaye penda, kya yahyal-fuadi?

Ruweihy:

Kidomoche si kaswiba, aqali ni kumi vyanda
Maishaye hatashiba, kama mfano wa punda
Wala naye hana hiba, ana tumbo kama kanda
Wacha Basha kujiponda, yahya hashindi mtu

Kamange:

Tachuma kimpa yeye, nakhiyari vaa binda
Tena nimnyenyekee, nisimfanyiye inda
Nikhuni nimpendaye, mwanangwa asije konda
Nani ajuwaye penda, kya yahyal-fuadi?

Ruweihy:

Chuma ukimpa yeye, awande asiwe ng'onda
Hapana amtakaye, ujuwe amekuganda
Mrembo umsifuye, aibu zimemtanda
Wacha Basha kujiponda, yahya hashindi mtu

Kamange:

Sasa nakhofu tembeya, wapenziwe wamlinda
Na sasa naazimiya, haja zangu kuzivunda
Nikae nnaridhiya, kwake nilale hishinda
Nani ajuwaye penda, kya yahyal-fuadi?

Ruweihy:

Sasa ruhusa tembeya, hadi Bogowa na Tunda
Wallahi nakuapiya, hayupo wa kumlinda
Sote tumekuwachiya, yakhi anuka kidonda
Wacha Basha kujiponda, yahya hashindi mtu

Kamange:

Tamma huwal-haqiri, silijuwi la kutenda
Ningempa Banadiri, na Bulugi na Burinda
Na libasi na uturi, na hiba zisingetinda
Nani ajuwaye penda, kya yahyal-fuadi?

Ruweihy:

Tamma mtu khantwiri, hwendaje mfanya inda?
Na asiye na nadhari, na umbole kama mwenda
Nami hayo sitakiri, mdogo hadhi kupanda
Wacha Basha kujiponda, yahya hashindi mtu

✳   ✳   ✳   ✳   ✳

MITAMBUUNI SI SHAMBA[63]

Msamiati

NILIPOSTAKHABARI	nilipopata habari
NIKANTADHWIRI	nikangojea
BI–THALATHATI SHUHURI	kwa miezi mitatu
UMBA	kasoro
HALAMBA	halambe; harambe
ARDHI LI–AHAQAFU	ardhi kavu, ardhi kame
HUTILIFU	huangamia
KWELI HUTAKI IDUMBA	kweli hutaki kuisema
WAKIMBIYA MKONDONI, WENDA PANDA KWENYE MWAMBA	waondoka kwenye matatizo madogo na kwenda kwenye makubwa. Msemo huu ni sawa na ule msemo, Wakimbia kufiwako wenda kuliwako nyama.'
KU'ZA KAPU KWA VIWAMBA	kuuza kapu kwa miyaa.
HAIKUPESHI	haikupasi; haikufalii
ZANJELI	msitu
MINYONYOLE	majina ya miti
MIKWAMBA	majina ya miti
KIBATO	sehemu ndogo ya ardhi
UKAKISUMBA	ukakisukuma; ukakiuza kwa bei rahisi
HUZIWAMBA	huzitembea
BIL–ARDHI WA TUULI	kwa mapana na marefu

---

[63] Shairi hili mwanzo lilichapishwa katika kijitabu cha W. H. Whiteley, *The Dialects and Verse of Pemba: An Introduction*, ukurasa 47, East African Swahili Committee, Kampala, 1958. Kuna hitilafu nyingi za uchapaji na za mapokezi baina ya nakala hizi mbili. Pia kuna hitilafu ya idadi za beti; humu jumla ni 18, na humo ni 16 (beti 9 na 10 zilizomo humu, humo hazimo). Zifuatazo ni baadhi tu ya tafauti kuu zilizomo humo: Ubeti wa pili, kipande cha kwanza cha mshororo wa pili, "Sana laliniathiri"; Ubeti wa nne, mshororo wa tatu: "Tondooni siitie, ni Misiri ya mjomba"; Beti 5-7 za humu, humo ni beti 9-11:- humo, kipande cha pili cha mshororo wa pili wa ubeti wa 5 uliomo humu ni: "kama changa la dhamba"; Katika ubeti ufuatao huo, mshororo wa kwanza una neno "shamba" badala ya "nchi", na mshororo wa pili wa humo una maneno, "Kijungani ndiyo dufu, acha Ali kujigamba"; Ubeti baada ya huo, humo mshororo wa kwanza umetumiliwa wakati wa sasa badala ya wakati uliopita, na mshororo wake wa pili una maneno: "Waondoka mikondoni, wenda keti penye mwamba"; Ambao humu ni ubeti wa 8, humo ni wa 12, na kipande chake cha pili cha mshororo wa kwanza kina: "nalihama bila kamba"; Ubeti wa 11 uliomo humu, humo ni wa 5: na mshororo ulio wa pili humu, humo ni wa tatu, na wa tatu humu, humo ni wa pili; Na jawabu ya Sarahani ya ubeti huu, mshororo wake wa kwanza una maneno: " Kuja huku nikakupa, mahala kujenga kumba", na wa tatu wake una maneno: "La akhe ungenenepa, ukapungua kuyumba"; Na mshororo wa pili wa ubeti wa 13 humu, humo una maneno: "Ijapokuwa fungini, vibaya kusuumba"; Ubeti wa 15 humu, humo ni wa 7. Na mshororo wa kwanza wa ubeti wa mwisho, humo una maneno: "Tama kya Lamu safini, ni harufu kuziremba", na kipande cha kwanza cha mshororo wake wa pili kina: "Maneno yasiyo rihi".

HUSAIRI WAMBAWAMBA	huenda kila mahali
QADHWA	jambo; tukio
KWA FUWA PANA	
NA GIMBA	kwa kifua kipana na mwili mkubwa; kwa kusonga mbele bila ya kujali matokeo yake
MAFAMBA	nguvu
MAVUMBA	harufu ya samaki; vumba; shombo
MABOPORONI	mabomborokoni; magengeni
DHI'BU	fisi
MADYUNI	mtu aliye na deni; mtu anayedaiwa
UTASALIKI	utafuata; utaandama

Kamange:

Liakhi bin Matwari, Sarahani sitakwamba
Sikufichi 'lhudhuri, kwa kukhofiya kugomba
Japo yakakukasiri, nilivyo manju takwimba
Mitambuuni si shamba, zinga mahali ukae

Sarahani:

Nilipostakhabari, una malumbo walumba
Mno nikantadhwiri, chungu likajaa mimba
Bi-thalathati shuhuri,wawaza lipi la kwamba
Yafadhili yote Pemba, sifa ya Mitambuuni

Kamange:

Zinga mahali ukae, nchi hiyo ina umba
Shauri langu litwae, hima uvunje majumba
Tondooni sizowee, ina wanga wa rubamba
Mitambuuni si shamba, zinga mahali ukae

Sarahani:

Mitambuuni sifaye, yafadhili yote Pemba
Kwa kulla aikaaye, hondoki japo halamba
Tondooni siitiye, ni Misiri kwa wajomba
Yafadhili yote Pemba, sifa ya Mitambuuni

Kamange:

Ardhi li-ahaqafu, haiwi hata mgomba
Upandacho hutilifu, kwa jichanga la Ndamba
Wapajuwa ni dhaifu, kweli hutaki idumba
Mitambuuni si shamba, zinga mahali ukae

Sarahani:

Hakuna nchi dhaifu, kama Bogowa na Shumba
Na Kijungu ndiyo dufu, nini Ali kujigamba?
Kyafa mambo khitilafu, kamili mwenye kuumba
Yafadhili yote Pemba, sifa ya Mitambuuni

Kamange:

Uliuza Pondeyani, vifedha ukaviramba
Wakimbiya mkondoni, wenda panda kwenye mwamba
Samii huwezekani, ku'za kapu kwa viwamba[64]
Mitambuuni si shamba, zinga mahali ukae

Sarahani:

Yawache ya Pondeyani, haikupeshi kamamba
Ililiye Kijunguni, hivo ungatiritimba
Njoo nikupe watwani, muhibu tuwe sambamba
Yafadhili yote Pemba, sifa ya Mitambuuni

Kamange:

Usiku kucha hulali, kwa kuliliwa na komba
Huoni ila zanjeli, minyonyole na mikwamba
Muhibu hutafadhali, kibato ukakisumba?
Mitambuuni si shamba, zinga mahali ukae

---

[64] "Ku'za kapu kwa viwamba", au "kuuza kapu kwa miyaa", ni kufanya jambo lisiloleta faida. Katika shairi lake, "Kumbifu Lambile Witi", Muyaka bin Haji (1776-1840) ametumia msemo ufananao na huu:

Kumbifu lambile witi, "Kimbelembele waume
Kiumbe mwanzo hajuti, majuto huja kinyume
Mvundati ni mwanati, mgeni mzo mpime"
Yu utukuni Mngwame, hu'za kapu kwa miyaa

Sarahani:

Usiku kucha silali, kulla njiya huziwamba
Bil-ardhi wa tuuli, husairi wambawamba
Sondoki hapa muhali, illa qadhwa kunikumba
Yafadhili yote Pemba, sifa ya Mitambuuni

Kamange:

Sarahani wajitupa, watu wakufumbafumba
Akhuwa wakuogopa, kwa fuwa pana na gimba
Miye la haki 'takupa, wala sikhofu matamba
Mitambuuni si shamba, zinga mahali ukae

Sarahani:

Kurudi ukaja hapa, nikakujengeya nyumba
Huna budi wanenepa, pasiwe tena kuyumba
Kwenda kwenu ungeapa, kwa vyakula na mavumba
Yafadhili yote Pemba, sifa ya Mitambuuni

Kamange:

Kweli watwani watwani, ijapokuwa Mnemba![65]
Japo naiwe Funguni, ni vibaya kuisumba
Lakini Mitambuuni, kheri nchi ya Wakamba!
Mitambuuni si shamba, zinga mahali ukae

Sarahani:

Basha wajuwa yakini, miguu kuwa membamba
Ni adha ya Vidutani, si taabu ya kuomba
Weanguka mlimani, na puwa likawa bamba
Yafadhili yote Pemba, sifa ya Mitambuuni

Kamange:

Kukaa maboporoni, kheri kufungiwa chumba
Ni akhera duniyani, nchi isiyo vilemba
Afadhali ya Kambini, Pangayachi au Vumba
Mitambuuni si shamba, zinga mahali ukae

---

[65] Hivi ni visiwa viwili vilivyokaribiana; viko upande wa mashariki ya Unguja.

Sarahani:

Akhi siwe ujingani, dhi'bu hakai na simba
Vilemba hivyo ni vyani? Basha Ali wajichimba!
Ndipo uwe madyuni, kwa kutaraji jipemba
Yafadhili yote Pemba, sifa ya Mitambuuni

Kamange:

Tamati nakunasihi, siningiye kwa mafamba
Shekhe yasikukirihi, neno hilo nakuomba
Jiranizo si fasihi, utasaliki Kipemba
Mitambuuni si shamba, zinga mahali ukae

Sarahani:

Tamma jawabu faswihi, kwa irabu kuziremba
Maneno ya kisafihi, ni kama moto na pamba
Kama niliyefutahi, mfeleji au bomba
Yafadhili yote Pemba, sifa ya Mitambuuni

∗ ∗ ∗ ∗ ∗

WAMUHAJIRI AU WAKHATIMU NAYE?[66]

Msamiati

DAHARI	miaka mingi
KAKHASIRI	amejitia hasara; ametoa chake na kukupa
UKAMGHAIRI	ukambadilikia
WAMUHAJIRI	wamhama; wamkimbia; wamwacha
WAKHATIMU	wafika mwisho
QUSURI	makasri; majumba makubwa

---

[66] Beti za majibizano haya zimepitiwa na mabadiliko mengi - tangu baadhi ya maneno yaliyotumika katika beti zenyewe, mpaka vina pia. Mabadiliko makubwa zaidi yametokea katika vibwagizo. Kwa mfano, kuna mapokezi yaonyeshayo kibwagizo cha beti za Paka Shume kuwa ni: Yafaa kumuhajiri, au kukhatimu naye?; na kibwagizo cha beti za Kamange kuwa ni: Si vyema kumuhajiri, ni kheri ukae naye. Halafu kuna na kibwagizo chengine cha Kamange: Nafanya chuki kwa siri, hamuwacha henda zangu.
"Bwana Matwar bin Sarahani alipolileta shairi hili kwangu, vina vilikuwa ni hivyo vya kwanza. Na Wasini likisomwa kwa vina hivyo viwili vya juu. Wakati huo wote mtunzi alikuwa hajulikani. Hata wakati Bwana Abdallah bin Jumaa Al-Mundhiry alipofika nalo Wasini shairi hili kutoka Pemba, katika mwaka 1928, watunzi wake walikuwa hawajulikani. Kwa bahati nzuri, baada ya juhudi kubwa niliyofanya nimelipata shairi hili pamoja na yale mapokezi mengine, ambayo kwayo nimeweza kuchuja na kuzipata fikira za Paka Shume na mawazo ya Kamange. Nimethibitisha kwamba hivi ndivyo walivyojibizana. Amma kuhusu hicho kibwagizo cha tatu: 'Nafanya chuki kwa siri, hamuwacha henda zangu,' nionavyo mimi ni kwamba hii si lugha ya Kamange." *(Abdurrahman Saggaf Alawy)*

MADHALILI	wanyonge; wasiojiweza; wasiokuwa na kitu
ASAA	huenda; pengine
WAKASTAJIRI	wakastarehe; wakapumzika
SURIYA	mjakazi aliyeolewa na "bwana" wake
SANATI	miaka (mingi)
SHUHURI	miezi
DHURIYA	mtoto
ZANI	mzinifu; mtu mwenye tabia ya kufanya kitendo cha mke na mume na mtu ambaye hakuoana naye
JABARI	mtu asiyeogopa kitu
ITABIRI	fikiri (sana); zingatia
UKAKITHIRI	ukazidi; ukapitisha mpaka (katika kufanya jambo)
YAJIRI	yapita; yakubalika
JASURI	jasiri; mtu asiyeogopa matokeo ya kitendo chake, hata kama yatakuwa ni matokeo ya kumtia hatarini; shujaa
WANAOVINJARI	wanaozungukazunguka au kupitapita mahali kwa ajili ya kutaka kupeleleza jambo
HAGHILIBU	hadanganyi
MAKADARI	majaaliwa
SUDURI	kifua; (hapa limetumiwa kwa maana ya) moyo
AKAKUHIZI	akakutenda jambo baya
TAHAYARI	ona haya
SIRI NA ISIRARI	siri kadha wa kadha; siri nyingi
NIKHUBIRI	nieleze
SONDOKI	siondoki
SHUBIRI	kipimo baina ya kidole cha gumba na kidole cha kati. Kwa hivyo, "sondoki shubiri" maana yake ni kwamba "siondoki hata kidogo"; sivuti mguu
BASWIRI	mwenye busara; mwenye kuona

Paka Shume:

Uwapo na mwanamke, mukakaa kwa dahari
Naye kakhasiri chake, akupa hana kadiri
Khatima usimtake, moyo ukamghairi
Kamange, wamuhajiri; au wakhatimu naye?

Kamange:

Jawabu la mwanamke, katika yangu nadhari
Mshike asikutoke, ukae naye umri
Ibilisi haja yake, mkeo umkasiri
Si vema kumuhajiri, kheri ukhatimu naye

Paka Shume:

Uwe na wake wawili, nao wote matajiri
Tena wana nyingi mali, qusuri na mabukhari
Nao wakawa bakhili, chao wakala kwa siri
Kamange, wamuhajiri; au wakhatimu naye?

Kamange:

Wake wakiwa bakhili, hao si wake ni shari!
Mali yao ni halali, ukiyapata khasiri
Uwabaki madhalili, ukae ustajiri
Si vema kumuhajiri, kheri ukhatimu naye

Paka Shume:

Au kuwa na suriya, kwa sanati na shuhuri
Ukapata na dhuriya, kijana mume fakhari
Akaiqalibu niya, akawa zani jabari!
Kamange, wamuhajiri; au wakhatimu naye?

Kamange:

Hawachi zani suriya, hapo nawe itabiri
Tena zidi angaliya, dawamu mambo hujiri
Wengi huwafikiliya, wakazidi kusubiri
Si vema kumuhajiri, kheri ukhatimu naye

Paka Shume:

Iwapo mke wa watu, mapenzi ukakithiri
Ukenda hukhofu mtu, hukumu yako yajiri
Isipate siku tatu, ukabaini khatari
Kamange, wamuhajiri; au wakhatimu naye?

Kamange:

Hupati mke wa watu, illa uwapo jasuri
Uone kama si kitu, wale wanaovinjari
Mtu haghilibu mtu, yote mambo makadari
Si vema kumuhajiri, kheri ukhatimu naye

Paka Shume:

Au kuwa na mpenzi, si fidhuli si jeuri
Ukenda akakuenzi, unalopenda tayari!
Na huku ana vitenzi, qaidi ya kikafiri!
Kamange, wamuhajiri; au wakhatimu naye?

Kamange:

Mshike wako mpenzi, afurahike suduri
Asije akakuhizi, utakuja tahayari
Kumzuwiya huwezi, siri fuwata dhahiri
Si vema kumuhajiri, kheri ukhatimu naye

Paka Shume:

Au kuwa na swahibu, wa siri na isirari
Penye raha na taabu, ndiye wako mshauri
Niya akaiqalibu, akageuka dhamiri
Kamange, wamuhajiri; au wakhatimu naye?

Kamange:

Kumpa siri swahibu, itakufika athari
Kukosa kwake adabu, fahamu takuaziri
Na kama wacha aibu, hadhari bil-hadhari!
Si vema kumuhajiri, kheri ukhatimu naye

Paka Shume:

Kamange nakuuliza, tamma yakhe nikhubiri
Na jawabu nasikiza, wala sondoki shubiri
Shume yamenishangaza, kulla nikiyafikiri
Kamange, wamuhajiri; au wakhatimu naye?

Kamange:

Shume unayouliza, kaditamati shairi
Nahandisi nikiwaza, Kamange ndiye baswiri
Shariya ya kuigiza, kufuwata ni khiyari
Si vema kumuhajiri, kheri ukhatimu naye

✳ ✳ ✳ ✳ ✳

KILIO CHA KIFO CHA KAMANGE

NALIYA LEO SINAYE: (Sarahani)

Msamiati

UFATI	ufaji; mauti; kifo
YAA MAWADDA NA SWAFAWA!	ewe mapenzi na masikilizano
ANNI	yaani
SWIYE	sisi
MAVANI	kaburini
KIZUKA	mwanamke aliyefiliwa na mume wake
MBAHAMU	ovyoovyo

Ufati wa liazizi, mswiba nnao miye
Kaniwachiya majonzi, naliya kama nduguye
Jina langu siku hizi, litakufa kama yeye
Naliya leo sinaye, yaa mawadda na swafawa!

Twalikuwa na swafawa, nacheni nijinamiye
Wakifurahi akhuwa, anni kwa wawili swiye
Rabbi amemuondowa, muongezi mimi naye
Naliya leo sinaye, yaa mawadda na swafawa!

Naliya wapi mavani, sina aninyamazaye
Umelala mchangani, kimya macho ufumbiye
Kamange nende kwa nani? Waniliza waye-waye
Naliya leo sinaye, yaa mawadda na swafawa!

Ni kadhwa imemkumba, kahajiri makaoye
Sasa watoto wayumba, nani awaoneleye?
Ametuwachiya umba, mwenye kheri aonaye
Naliya leo sinaye, yaa mawadda na swafawa!

Katwa hatukugombana, mwinzangu ni radhi naye
Dhihaka tukibishana, pasi na achukiwaye
Nimuone wapi tena, siri yangu nimwambiye?
Naliya leo sinaye, yaa mawadda na swafawa!

Twali tukitukanana, watu wasitudhaniye
Kama hawa wagombana, ya ndani tusiwambiye
Kufurahisha fitina, kusudi watuzomeye
Naliya leo sinaye, yaa mawadda na swafawa!

Ulitupita wakati, sote tusifikiriye
Yaletwayo ni mauti, vichwani yasitwingiye
Andikalo halifuti, kadara na iradaye
Naliya leo sinaye, yaa mawadda na swafawa!

Nimekuwa peke yangu, nani hamshitakiye?
Shingo hili na machungu, nende nikamliliye!
Ghufrani ni kwa Mngu, Kamange mghufiriye
Naliya leo sinaye, yaa mawadda na swafawa!

Kaniwachiya ukiwa, jambo liso badaliye
Mchana kutwa natawa, nyumbani nijifungiye
Wacha niliye akhuwa, sina anipumbazaye
Naliya leo sinaye, yaa mawadda na swafawa!

Duniya haina raha, hakuna azoweyaye
Leo uwe na furaha, kesho ikutumbukiye
Ndugu nawapa naswaha, mswiba tuvumiliye
Naliya leo sinaye, yaa mawadda na swafawa!

Mwinzangu katanguliya, kulla anisikiyaye
Amma eda ya shariya, kizuka imkhusuye
Naapa ngemkaliya, milele na daimaye
Naliya leo sinaye, yaa mawadda na swafawa!

Jama hazinishi hamu, kulla anisikiyaye
Nimetunga mbahamu, anirudi ajuwaye
Kufa kumetulazimu, si mimi wala si yeye
Naliya leo sinaye, yaa mawadda na swafawa!

Kiliyo sipumziki, popote nijinamiye
Ni dhiki juu ya dhiki, hadiriki aitwaye
Ikatikapo riziki, hakuna asimamaye
Naliya leo sinaye, yaa mawadda na swafawa!

Lihudhuri sijiwezi, na hivi niazimiye
Kuwakimbiya wapenzi, kwangu wasinifikiye
Hwenda yakawa majonzi, moyoni yapungukiye
Naliya leo sinaye, yaa mawadda na swafawa!

Tamati watu wanena, "pavumapo paliliye"
Tampata wapi tena, ambaye tacheza naye?
Nanyi mwajuwa hakuna, ngoma ya mtu pekeye
Naliya leo sinaye, yaa mawadda na swafawa!

* * * * *

KAMANGE KENDA KAPUTI:
(Hamadi bin Khatoro Al-Mazruiy)

Msamiati

INNA LILLAHI	
WA–INNA ILAYHI	
RAAJIUWN,	ni sehemu ya tamko, ambalo Waislamu wanalisema wanapofikwa na msiba wa kufiliwa au wanapopashwa habari kwamba mtu fulani amefariki. Maana yake ni: Sisi (sote) twatoka kwa Mwenyezi Mungu, na Kwake tutarejea.
UGHAIBA	ughaibu; Akhera
MKIMUAILI	mkimlaumu; mkimtuhumu
MVUNJA BUYUTI	mvunja nyumba. Hapa maana ya neno "nyumba" ni ndoa
BASWIRI	mwenye busara; mtu anayeona mbele
KAYAYA	amemalizika
E MREMBO	alikuwa mrembo
KIBUHUTI	mshtuko
NIKIWAHANI	nikiwapa pole kwa kufikwa na msiba wa kufiliwa
IWANE	ipigane

Inna-lillahi mswiba, nawaarifu umati
Basha kenda ughaiba, yamemkumba mauti
Umefika mkataba, kaja Hadimu Ladhati[67]
Kamange kenda kaputi, masikini Basha Ali

Masikini Basha Ali, yuko wapi maimuti!
Mlo mkimuaili, kama mvunja buyuti
Sasa ametanakali, nazondoke tafauti
Kamange kenda kaputi, masikini Basha Ali

Katwondokeya baswiri, mrembo mtanashati
Kalamu-l-makadiri, mtu mwakawe hapiti
Duniya kaihajiri, kayaya kama baruti
Kamange kenda kaputi, masikini Basha Ali

Basha Ali e mrembo, pamoja na kharubati
Meswifika kulla jimbo, aina kwa ainati
Kufa amewacha mambo, kiliyo na kibuhuti
Kamange kenda kaputi, masikini Basha Ali

---

[67] Malaika Izraili, ambaye kazi yake ni kutoa roho za binadamu.

Kahajiri makaoye, kahepa uhasharati
Dum huko ahamiye, yu sabaa samawati
Roho yake ituliye, asiwe na harakati
Kamange kenda kaputi, masikini Basha Ali

Basha Ali akivuma, mshindo kama rakiti
Ali mwingi wa hikima, kwa suudi na bahati
Mwema mno wa kusema, hata katika korti
Kamange kenda kaputi, masikini Basha Ali

Ila Sheikh Sarahani, mwaliya kwa tashtiti
Man-alayhaa-faani[68], itabaki yake dhati
Daima yake Manani, kiumbe ni haihati
Kamange kenda kaputi, masikini Basha Ali

Napita nikiwahani, nandike kaditamati
Khalifa wake ni nani, akae juu la kiti?
Acheze na Sarahani, iwane miti kwa miti
Kamange kenda kaputi, masikini Basha Ali

∗ ∗ ∗ ∗ ∗

KADHWA HAINA MGANGA: (Sarahani)

Msamiati

KADHWA	ajali; kifo
ENYI MNAO SIMAZI	enyi wenye huzuni
SI JAIZI	haifai
MKIOMBOWA	mkiomboleza
KISUWA	nguo
RASUWA	Mtume Muhammad (s.a.w.w.); Rasuli
MUUNGAMU	Mwenyezi Mungu
KUITABIRI	kuzingatia
ALIYEKUTAKADAMU	aliyetangulia

---

[68] Hii ni sehemu ya Aya ya 26 ya Sura ya 55, ambayo ni miongoni mwa Aya zielezazo matukio ya siku ya Kiama. Aya yenyewe yasema: *Kullu man alayhaa faan*; yaani: Kila kilichoko juu yake (ardhi na mbingu) kitatoweka (kitaondoka). Na Aya ifuatayo yaendelea kueleza, "Na itabaki dhati ya Mola wako (tu Mwenyewe), mwenye utukufu na hishima."

Enyi mnao simazi, hakuna lisilokuwa
Basi futani machozi, si ajabu kufiliwa
Kwenda mno si jaizi, kuliya mkiombowa
Shukuruni li-akhuwa, kadhwa haina mganga

Kadhwa haina mganga, hili tumearifiwa
Ya mauti kutuchunga, kama kuvaa kisuwa
Kulla siku ni kujenga, khatima tukatolewa
Shukuruni li-akhuwa, kadhwa haina mganga

Lau kama ni kudumu, angalibaki Rasuwa
Kipendi cha Muungamu, anachokipenda huwa
Naye hakustakimu, na jamii alipewa
Shukuruni li-akhuwa, kadhwa haina mganga

Yafaa kuitabiri, umma ulioshukiwa
Ambao watu khiyari, wala hawakuliliwa
Huzuni msikithiri, kwa anayehitajiwa
Shukuruni li-akhuwa, kadhwa haina mganga

Angalikuwa Adamu, na mkewe Mwana Hawa
Aliyekutakadamu, naye hakusamehewa
Ahadi ikishatimu, hapana kuakhiriwa
Shukuruni li-akhuwa, kadhwa haina mganga

Wawapi masultwani, hao tuliotajiwa
Namrudhi na Qaruni, kama wasiozaliwa!
Adi naye Firauni, wako wapi watu hawa!
Shukuruni li-akhuwa, kadhwa haina mganga

Yalazimu kusubiri, baa na kulla baluwa
Na kalamu ya Qahari, hujiri kulla kisiwa
Lifaalo tusubiri, dua njema kuombewa
Shukuruni li-akhuwa, kadhwa haina mganga

✻   ✻   ✻   ✻   ✻

HAACHI HUZUNIKIWA, MTU KWA MPENZI WAKE:[69]
[Muhammad bin Juma Kharusy (Ruweihy)]

Msamiati

TAQUWA	mtu anayemtii Mwenyezi Mungu kwa kufuata amri Zake na kuacha makatazo Yake; mtu mwenye taqwa; taqii
HEZINI HEKUDHULUMU, HEKUFURU HEKULEWA	hakuzini hakudhulumu,hakukufuru, hakulewa
SI KIDHABU	si mwongo

Ewe shafiki mpenzi, tumeletewa baruwa
Kweli kufuta machozi, kulla anayehaniwa
Si Mwarabu si mshenzi, si fidhuli si taquwa
Haachi huzunikiwa, mtu kwa mpenzi wake

Kadhwa haina mganga, tangu zamani twajuwa
Twajuwa ha-tu-wajinga, Rabbi hafai nuniwa
Mpenzi ajapokonga, huona hajaghumiwa
Haachi huzunikiwa, mtu kwa mpenzi wake

Hakuna atayedumu, Rabbi asiyemuuwa
Hapatabaki isimu, La-Ilaha-illa-huwa[70]
Ndiye Hayyul-Qayyumu[71], mwingine hatahuiwa
Haachi huzunikiwa, mtu kwa mpenzi wake

Kweli tumeitabiri, Kamange kukhasimiwa
Duniya kuihajiri, nyote mumefurahiwa
Bure kumwita jabari, kipi alichotembuwa?
Haachi huzunikiwa, mtu kwa mpenzi wake

Wacha Nabii Adamu, yeye amejaaliwa
Hezini hekudhulumu, hekufuru hekulewa
Si kidhabu si namimu, hana la kuhisabiwa
Haachi huzunikiwa, mtu kwa mpenzi wake

Namrudhi na Qaruni, yeye na hao si sawa
Kamange mtu razini, wao wamelaaniwa
Japo aswi duniyani, si kazi kughufiriwa
Haachi huzunikiwa, mtu kwa mpenzi wake

Shukura na kusubiri, ndilo tunaloambiwa
Kama kadhwa ni khiyari, basi tungalichaguwa
Wakafa watu khiyari, Kamange tukaachiwa
Haachi huzunikiwa, mtu kwa mpenzi wake

---

[69] Shairi hili ni jawabu ya shairi la Sarahani kabla ya hili, "Kadhwa haina mganga".
[70] Yaani, "Hakuna Mwenyezi Mungu (anayepaswa kuabudiwa kwa haki) isipokuwa Yeye".
[71] Yaani, (Mwenyezi Mungu) aliye hai daima.

II

SARAHANI

SARAHANI BIN MATWAR
(1841 – 1926)

Sarahani bin Matwar alizaliwa Pondeyani, Pemba, kwenye mitaa ya Chake Chake, katika mwaka 1841 A.D. Baba yake akiitwa Matwar bin Sarahan bin Muhammad bin Masoud bin Nasir Al-Hudhury, Hinawy. Babu yake Sarahani alitokea Oman, mji wa Al-Hoqeeni. Yasemekana kuwa babake Sarahani alizaliwa Mombasa katika mtaa wa Kuze, akaoa hapo hapo Mombasa na baadaye akahamia Pemba. Habari hii ya babake Sarahani kuishi na kuoa Mombasa haikupatikana kwa ukamilifu, isipokuwa ya kwamba Sarahani mwenyewe alikuwa akenda Mombasa kuwazuru jamaa zake. Kwa mujibu wa habari zilizopokewa mwaka 1976 kutoka kwa Matwar bin Sarahani, mwanawe Sarahani aliyezaliwa 1910, ni kuwa Sarahani alipotimia umri wa mwaka mmoja, babake alikufa akiwa ni mzee. Wakati huo, Pemba ilikuwa chini ya mfalme wa Unguja, Sayyid Said bin Sultwan.

Mama yake Sarahani akiitwa Bi Atiye binti Jadi bin Nasir Ruqeishy. Yeye alizaliwa Pemba, akaolewa na babake Sarahani, na akawazaa Sarahani na nduguze, Masudi na Mariyamu (Mwanayamu). Sarahani alikuwa ni kitindamimba.

Mwalimu wa kwanza wa Sarahani alikuwa ni mamake, ambaye alisifika kwa elimu na heshima. Miongoni mwa sifa zake ni kuwa alisomeshwa vizuri hata akaihifadhi Qur'ani yote kwa moyo. Wakati huo ilikuwa ni fahari kwa wazazi kuwasomesha watoto wao na kuwahifadhisha Qur'ani. Kwa msingi huu aliokuwa nao, Bi Atiye aliutekeleza wajibu wake wa kuwasomesha watoto wake, kama alivyosomeshwa yeye, na kuwalea kwa malezi mema. Kwa hivyo, mbali na kumsomesha yeye mwenyewe - na kama ilivyo kawaida ya watoto wa Kiislamu - alimtia chuoni kuendelea kujifunza Qur'ani. Bi Atiye hakuridhika mpaka mwanawe alipoihifadhi Qur'ani kama alivyohifadhishwa yeye. Baadaye akampeleka kwa mashekhe kujifunza lugha ya Kiarabu na fani mbalimbali za dini ya Uislamu.

Ingawa kwa kizazi Sarahani alikuwa ni mfuasi wa madhehebu ya Ibadhi, mashekhe wa kwanza aliosoma kwao walikuwa ni Sunni. Yaonesha mashekhe wake hawa walimuathiri kwa kiasi fulani, kwani katika ujana wake alifuata madhehebu ya Sunni, na alirejea katika Uibadhi utuuzimani. Miongoni mwa mashekhe waliomsomesha Sarahani ni Sheikh Abdalla bin Amur Al-Azriy. Sheikh huyu alikuja Unguja kutoka Oman. Na Wamazrui wakamleta Pemba ili kuwasomeshea watoto wao; na watoto wengine nao wakanufaika naye. Wakati huo Sarahani alikuwa ashakuwa barobaro.

Baadaye Sarahani akenda Unguja ili kusoma kwa mashekhe waliokuwa wakisomesha fani mbalimbali katika misikiti. Huko akasomea Tafsiri ya Qur'ani, Sharia ya Kiislamu, Fiqhi (ya Sunni na ya Ibadhi) – na fani zihusianazo na Fiqhi, kwa mfano Tarekhe (Historia), Aadab (Fasihi); pia akajifunza Urudhi (Kaida za Ushairi) na Qawafi. Katika utuuzima wake, Sarahani alihesabiwa kuwa ni mwanachuoni na alikuwa akiwasomesha fani hizo watu wengine - msikitini na nyumbani kwake. Wakati huo alipokuwa Unguja akisoma, Sarahani alikuwa akirudi Pemba mara kwa mara kuwazuru jamaa zake.

Baada ya Sarahani kupata elimu kwa mashekhe wa Unguja, alianza safari za kufanya biashara na kuwazuru wanazuoni (mashekhe) maarufu wa siku hizo katika miji mbalimbali ya Pwani ya Afrika ya Mashariki, na ambao alikuwa akisoma kutoka kwao. Kwa mfano, alikuwa Sarahani akenda Tanga kumzuru Sheikh Hemed bin Abdalla Al-Buhry (babu yake aliyekuwa Mufti wa Tanzania, Sheikh Hemed bin Juma). Sheikh Hemed bin Abdalla alikuwa mwanachuoni maarufu na pia mshairi. Mbali na tungo zake zilizochapishwa vitabu, kuna nyengine ambazo hazijachapishwa. Miongoni mwa hizo ni zile tungo alizokuwa akiimbana na Sheikh Muhammad bin Mshihiri, wa Wasini, kusini mwa Pwani ya Kenya. Huko Tanga Sarahani pia alikuwa akihudhuria darasa ya Sheikh Umar Stambuli, ambaye alikuwa Kadhi wa mji huo wakati huo. Urafiki baina ya Sarahani na Sheikh Hemed bin Abdalla ulishika nguvu na kuendelea mpaka mwisho wa maisha yao.

Kwa Sheikh Hemed bin Abdalla, Sarahani pia alijifunza elimu ya Twiba Asili[72], ambayo baadaye aliendelea kuisoma kutoka kwa mashekhe wa kwao. Kadhalika kutoka kwake alijifunza elimu ya Falaki, au Unajimu. Pia akajiendeleza zaidi katika elimu ya Fasihi ya Kiarabu, pamoja na Tarekhe ya Fasihi na ya watungaji wa kale wa Kiarabu, na pia akaisoma Tarekhe ya Kiislamu. Sarahani alivutiwa sana na mashairi ya Kiarabu yaliyotungwa Makka kabla ya Uislamu, na yaliyokuwa yakitongolewa na washairi wenyewe waliokuwa wakishindana. Kwa kuwa Sarahani alikuwa na hifdhi kali, bongo lake liliweza kuyahifadhi na kuyaimba kwa moyo mashairi hayo.

Sarahani alikuwa na ndugu wa kike Mombasa, aliyezaliwa na mke wa babake aliyemuoa alipokuwa akikaa Mombasa. Mama yake huyu ndugu yake akiitwa Mwana Isha, ambaye baadaye aliolewa na Bwana Ahmad, na akamzaa Sheikh Said bin Ahmad, ambaye alikuja kuwa Kadhi wa Takaungu na Vanga, miji iliyoko Kenya.

Alipokuwa Mombasa kumzuru huyu nduguye wa kike, Sarahani alikuwa akihudhuria darasa za mashekhe wakubwa wa Mombasa, haswa darasa ya Sheikh-ul-Islam, Mwenye Abudi (1844-1922)[73], na Sheikh Suleiman bin Ali Mazrui (aliyekufa 1931)[74]. Katika darasa hizi alisuhubiana na Sayyid Twahir bin Abubakar, ambaye alikuwa ni mshika makamu ya Sheikh Suleiman bin

---

[72] Twiba Asili ni tafauti na dawa za miti shamba; ni ile elimu iliyoandikwa na watu wa kale - zaidi katika vitabu vya lugha ya Kiarabu - na kupokezanwa kwa vizazi, na kila uchao ikawa yapanuliwa.

[73] Mwenye Abudi, mwanachuoni mkubwa aliyetoka Siu, kisiwa kilichoko kaskazini ya Kenya, karibu na Lamu, alikuwa Kadhi Mkuu wa kwanza Kenya tangu 1902 mpaka 1910.

[74] Sheikh Suleiman bin Ali Mazrui, alikuwa ni Kadhi Mkuu wa pili wa Kenya, kuanzia 1910 mpaka 1931.

Ali kwa elimu. Pia alifurahi kujua kuwa Sayyid Twahir ni ndugu wa karibu wa Sheikh Muhammad bin Khamis Mugheiry, mshairi maarufu wa Finya, Pemba, na rafiki yake mkubwa.

Sarahani alizoweana na watu mashuhuri wa Wasini, na kila alipozuru akikaa kwa muda na marafiki zake wawili, Bwana Muhammad bin Nasir na Bwana Muhammad bin Shee, kabla ya kuvuka na kwenda Pemba. Mara nyengine akipitia Wasini kutoka Pemba na wakisafiri pamoja na marafiki zake kwenda Mombasa, baada ya kwanza kuzuru Funzi. Na wakati wa kurudi Pemba akizuru Wasini, ambako alizoweana na washairi na mashekhe wa huko. Katika ziara hizi alikuwa akichanganyika na marafiki zake wa Mombasa, na wa visiwa vya Vumba. Ziara yake ya mwisho katika miji hii ya mwambao wa Kenya ilikuwa katika mwaka 1921.

Sarahani alioa wake watatu. Kwa wake zake wawili wa Pemba, Bibi Asha binti Hemedi (aliyeolewa Mitambuuni, Pemba) na Bibi Habiba binti Muhammad bin Said, alipata watoto. Bibi Asha aliwazaa Rehema na Nasir. Na Bibi Habiba aliwazaa watoto wane: nao ni Matwar bin Sarahan[75], wa pili ni mabinti mapacha, Aya na Riziki, na wa tatu ni Salima.[76]

Lakini kwa mkewe wa mwisho, wa Mombasa, Fatma binti Salim (Bi-Uba au Bi-Ubwa), hakupata mtoto. Bibi huyu alitokana na ukoo wa Khator. Hata hivyo, mapokezi mengine yaeleza kwamba bibi huyu alikuwa ni mke wa baba yake Sarahani, na akiitwa Fatma binti Salim, na kwamba alizaa mtoto aliyeitwa Bi-Ubwa, nduguye Sarahani.[77]

Kwa vile Sarahani akiithamini sana elimu, watoto wake nao aliwasomesha vizuri[78] - nyumbani kwake na msikitini. Huko msikitini, alikuwa na darasa maalumu, ambapo akiwasomesha watu wazima pia. Miongoni mwa waliosomeshwa naye ni Sheikh Muhammad bin Juma Kharusy (jina la kishairi ni Ruweihy). Mwanawe Sarahani, Matwar, alisema kuwa babake alishughulishwa sana na mitwalaa ya elimu na akipenda kutwalii pamoja na wenzake na watu wanaosoma kwake.

---

[75] Maelezo haya yalipatikana kutoka kwake katika mwaka 1976. Wakati huo alikuwa na umri wa miaka 66. Matwar alisema kuwa alipokufa baba yake, yeye alikuwa na umri wa miaka kumi na sita au kumi na saba, na alikuwa akiyajua maisha ya baba yake vizuri. Matwar alifariki dunia mwaka 2001.

[76] Katika mwaka 1976 Riziki alikuwa akiishi Dar es Salaam, na Salima alikuwa Pemba. Aya alikufa akiwa na umri wa miaka 40.

[77] Yasemekana kuwa jamaa za bibi huyu watokana na ukoo wa mtu aliyekuwa maarufu Mombasa, akijulikana kwa jina la Bwana Athmani "Kuro", ambaye sasa ni marehemu.

[78] Kwa mfano, mwanawe, Matwar, alikuwa na elimu nzuri ya Fiqhi na Sharia.

Baba yake Sarahani, Bwana Matwar, alikuwa mfanyabiashara hodari, na alipata mali mengi. Alipokufa aliacha mashamba ambayo Sarahani na nduguze waliyarithi. Baada ya babake kufa, nduguye Sarahani, Masudi, aliuliwa kwa bahati mbaya na bwana mmoja wa jamii ya Mauly, ambayo ililazimika kulipa fidia.[79] Fidia hiyo ilipolipwa, Sarahani alikuwa bado yu mdogo. Kwa hivyo, serikali ikaihifadhi haki yake mpaka alipobaleghe, akapewa mwenyewe. Pia mirathi ya mali ya babake alikabidhiwa wakati huo. Kutokana na mali hayo, hali ya maisha ya Sarahani ilikuwa ni nzuri.

Miongoni mwa sifa alizokuwa nazo Sarahani ni sifa ya ukarimu. Alikuwa ni mtu aliyependa sana watu na kupenda kupokea wageni. Yasemekana kwamba wakati wa chakula cha mchana, katika sebule yake hakukukosekana mgeni.

Baada ya Vita Vikuu vya Kwanza (1914 –1918), hali ya uchumi ilikuwa mbaya katika sehemu nyingi ulimwenguni. Nchi kadhaa, na watu wengi, walivunjikiwa kwa kupungukiwa na mapato. Hali hiyo ilimuathiri Sarahani pia. Mapato yake yalipungua sana na akalazimika kuyauza baadhi ya mashamba yake. Hata hivyo, mwanawe, Matwar, alisema kwamba baba yake hakubadilisha tabia yake ya ukarimu ya kuwaalika na kuwapokea wageni nyumbani kwake.

Kilichomsaidia Sarahani katika wakati huo wa dhiki ni ujuzi wake wa kazi za mkono. Kwa mfano, alikuwa akijua kushona mavazi yashonwayo kwa mkono, kama vile vizibao, kanzu za darizi na za kufuta.[80] Pia akishona mishadhari ya kofia, na kutia vito kofia. Kabla ya hapo, alikuwa akishona pia - lakini kwa kupenda mwenyewe tu, badala ya kuwa ndiyo njia ya kupatia riziki yake. Yasemekana kwamba alikuwa ni mjuzi pia wa kazi za ujenzi na usaramala.

Katika washairi wa Pemba, Sarahani alikuwa ni mshairi wa daraja ya juu, aliyekubaliwa na washairi wote wa wakati wake. Ushahidi mwengine wa ubingwa wake ni kule kuimbana na Kamange. Kwa umri, Kamange alikuwa ni mkubwa wa Sarahani kwa miaka kumi na moja. Ingawa washairi wawili hawa hawakuwa marika kwa umri, Kamange aliridhia kumfanya Sarahani kuwa ni rika lake kishairi na kukubali kutaniana naye. Kwa mila na dasturi za Waswahili, na mila nyengine za Kiafrika, watanianao huwa ni marika - ila iwapo kuna sababu ya mkubwa kumkubali mdogo.

---

[79] Katika Sharia ya Kiislamu kuna hukumu tatu za hatia ya kuua. Ya kwanza ni hukumu ya anayeua kwa makusudi: hukumu yake ni kuuliwa. Ya pili ni ya yule ambaye hakuua kwa makusudi, bali kwa bahati mbaya, au kwa ajali: hukumu yake ni kuwalipa fidia jamaa ya aliyeuliwa. Ya tatu ni ya yule mtu aliyeua wakati wa kujitetea, au kwa kujikinga nafsi yake, n.k: hukumu yake ni kwamba mtu huyo hana hatia.

[80] Kuna habari zielezazo kwamba wakati mmoja Sarahani alipewa kitambaa na mkwewe ili amshonee kanzu. Sarahani akaichukulia kuwa ni kazi ya kulipwa. Akaifanya kwa uzuri na kwa haraka. Lakini ujira alioutaraji hakuupata. Baada ya kungojea kwa muda mrefu, Sarahani akatunga shairi hili na kumpelekea mkwewe:

> *Muhammadi nakutuma, kanisalimiye Bwana*
> *Mimi enipa khuduma, ya kitambaa kushona*
> *Ndio wangu ukulima, kufichana si maana*
> *Japo ujira hapana, hata ki'nuwa mgongo?*

Huu ni ushahidi wa kuonyesha jinsi hali ya Sarahani ilivyokuwa mbaya, kwani kwa tabia yake ya ukarimu, asingedai ujira kutoka kwa mkwewe!

Ifuatayo ni mifano michache ya jinsi washairi hawa wawili walivyokuwa wakiimbana na kutaniana. Alipofariki Kamange, katika ubeti mmoja wa shairi alilotunga ili kumlilia, Sarahani alisema:

> Twali tukitukanana, watu wasitudhaniye
> Kama hawa wapatana, ya ndani tusiwambiye
> Kufurahisha fitina, kusudi watuzomeye
> Naliya leo sinaye, yaa mawadda wa swafawa

Na katika utani wao, Kamange aliweza kumwambia Sarahani:

> Sharafa hilo la nini, ni la bangi au pombe?
> Ni afa za Firauni, kumbakumba na majumbe
> Tahayuri za shetwani, kupiga vyanda na kumbe
> Ulipita 'shi na yombe, ukauvuka wa Chanje

Ili kuweza kuuelewa vyema uhusiano wao, ikumbukwe kwamba maneno hayo aliambiwa mtu (Sarahani) ambaye alikuwa ni mwanachuoni; na yeye akayakubali bila ya kukasirika naye.

Na Sarahani naye wakati mmoja alipata kumwambia Kamange:

> Kila linalomswibu, yastahiki maana
> Jitu qabihi shaibu, kukaa kama jununa
> Halijui ya aibu, domo refu kama ngwena
> Nusura angaliona, lizamu na darizeni!

Mbali na Kamange, Sarahani alikuwa akijibizana na washairi wengine wa Pemba. Miongoni mwa hao ni Bahemedi wa Sinawi (Hemed bin Seif Al-Ismaily). Mfano mmojawapo ni pale serikali ya kikoloni ilipoanzisha ushirika uliokuwa ukiitwa "Ofisi ya Saidiya". Katika ushirika huo, watu walikuwa wakipewa mikopo ili kufanyia biashara na ukulima. Bahemedi alipoona kwamba watu wameongeza idadi ya mikopo waliochukua mwaka uliopita, akaingiwa na wasiwasi kwamba katika mwaka huo wa pili badala ya watu kuitumia mikopo hiyo kwa lengo waliloichukulia, wataitumia kwa njia nyengine, au hata kuzifuja pesa hizo; na kwamba ifikapo siku ya kuilipa, hawatakuwa na pesa. Tazama shairi "Itatuswamehe dola".

Katika majibizano yao, twamuona Sarahani kuwa yuko katika busara ya kutafuta njia ya kujikinga na hilo litakalowapeleka watu jela. Kwa maoni yake, ni juu ya serikali kuwasaidia raia, wala si kuwadhalilisha. Kwa hivyo mambo hayo yaelekezwe kwenye njia ya sawa serikalini kabla ya kumpa mtu nafasi ya kuwadhili watu na kuwauzia mashamba yao. Na ndivyo yalivyo mashairi mengi ya Sarahani, kama yatakavyoonekana - kuwaidhi na kutoa ushauri na nasaha.

Kifo cha Sarahani, mbali na kuwahuzunisha jamaa zake, vile vile kilisababisha msiba mkubwa kwa washairi wenziwe, na pia kwa wanafunzi wake. Mmojawapo miongoni mwa washairi wa Pemba wa wakati huo ni Bwana Muhammad bin Juma Al-Kharusy (maarufu kwa jina la Ruweihy.) Ruweihy alipokuwa akiukumbuka ushairi wa Pemba wa wakati wake, na kuulinganisha na ushairi wa baada ya hapo, miongoni mwa washairi aliowataja ni Sarahani na Kamange ("Baali") Katika baadhi ya beti za shairi lake alisema:

Kulikuwa washairi, na wasomi wasomao
Wenye sauti nzuri, hutwibu wasikizao
Na huku mambo yajiri, kwa walao na wanywao
Nyamazani mtungao, shairi hakuna tena!...

Ile ilikuwa shani, mashairi kwa vikao
Msuka na Miyulani, Kichagani na Takao
Kwa vyakula alwani, na mabuzi yachinjwao
Nyamazani mtungao, shairi hakuna tena!

Abdalla na Amuri, ndio mafundi ambao
Kwa sifa ya ushairi, hapakuwa kama wao
Wamepita na dahari, wao na shairi zao
Nyamazani mtungao, shairi hakuna tena!

Wakatokeya wawili, khalafu baada yao
Sarahani na Baali, wakaketi cheo chao
Zikawafika ajali, bakiya majina yao
Nyamazani mtungao, shairi hakuna tena!

Baali na Sarahani, ni ajabu ile yao!
Ukiwakuta vitani, wanavyozikata ngao
Na wakiwa faraghani, ni ndugu wapendanao
Nyamazani mtungao, shairi hakuna tena!

✳ ✳ ✳ ✳ ✳

RABBI ONDOWA NAKAMA[81]

Msamiati

NAKAMA	maangamizi
HARUFU YA ALIFU	herufi ya kwanza katika hijai ya lugha ya Kiarabu; ni kama herufi *a*
TATUFU	enye kutatulika
SUFUFU	wingi wa "safu"; safu nyingi
ZANYORORA	zahuzunika; zanyongeka
IDHWAMA	mifupa
ISITWAWILI AYAMA	miaka isiwe mingi
IMAMA	kiongozi; imamu
ASAA YAKUN KABULI	huenda (dua) ikakubaliwa (na Mungu)
KARRAMA LLAHU DAWAMA	Mungu amewatukuza daima
GHURBA	magharibi
ABYAADHWA	(watu) weupe
ASAA YAKUN GHANIMA	huenda kukaa na neema
YAUMU WAL-AYYAAMA	siku nenda siku rudi

Alif

Kwa harufu ya *Alifu*, tunayosoma daima
Ili tupate tatufu, jamii bin-adama
Uchao huja sufufu, na juu yetu huduma
Rabbi ondowa nakama, wajao tu mashakani

Bee

Baraka kwao ni bora, imara na darahima
Ambazo waporapora, kwa jamii Islama
Nyoyo zetu zanyorora, mpaka nyuso zatetema
Rabbi ondowa nakama, wajao tu mashakani

---

[81] Shairi hili limetungwa kwa kila ubeti kuanza na harufu ya hijai (abjadi), yaani "alfabeti" ya hati (maandishi) za lugha ya Kiarabu. Hati hizi, baada ya baadhi yazo kufanyiwa marakibisho ili zilingane na sauti za lugha ya Kiswahili, ndizo zilizoanza kutumiwa kuandikia Kiswahili kwa karne zisizopungua kumi, kabla ya kuja hizi hati za Kirumi (Kilatini) katika sehemu za Afrika ya Mashariki kwenye miaka baina ya 1889 na 1900.

Tee

Taa kwanza zikiwaka, watu wakaona vyema
Wakamtwii Rabbuka, kukimbiya jahanama
Na sasa zimezimika, hapana pa kuegema
Rabbi ondowa nakama, wajao tu mashakani

Thee

'Thari kidogo faini, juwa inakulazima
Ufanyapo upinzani, gereza yakutazama
Husimami illa pwani, askari nyumanyuma
Rabbi ondowa nakama, wajao tu mashakani

Jim

Jalla shusha makubuli, isitwawili ayama
Jamii watanakali, pasipokuwa khasama
Hukumu yake Rasuli, nasi tupate isoma
Rabbi ondowa nakama, wajao tu mashakani

Hee

Hamu imetuthakili, laika zachomachoma
Tusikiyalo kauli, Mikileni[82] akivuma
Tutapoteya akili, tutabaki pumapuma
Rabbi ondowa nakama, wajao tu mashakani

Khee

Khaswa siku ya mnada, kuikusanya kauma
Hutanguliza Akida, na viti vikatarama
Katwaa hayana muda, mashamba wayasukuma
Rabbi ondowa nakama, wajao tu mashakani

Dal

Damu imetukauka, tumebakiya idhwama
Kwa kulla siku mashaka, ambayo yametwandama
Wahdahu la-sharika, hima mlete Imama
Rabbi ondowa nakama, wajao tu mashakani

---

[82] Michelin; jina la afisa mmojawapo wa serikali aliyekuwako Pemba wakati wa enzi ya ukoloni wa Kiingereza.

Dhal

Dhila uwadhalilishe, iwe komo la kukoma
Nasi utuneemeshe, kwa wasaa maaduma
Tena uisimamishe, hukumu yetu ya zama
Rabbi ondowa nakama, wajao tu mashakani

Ree

Raha, taabu na dhila, ni yetu sisi 'adama
Illa kwa haki ya Mola, na maneno mema mema
Kwa malalaji na swala, yote sasa maaduma
Rabbi ondowa nakama, wajao tu mashakani

Zee

Zahibu kwao mizinga, na baruti za kuchoma
Neno kidogo kupinga, mshindo waunguruma
Utalala wa mchanga, wala pasiwe lazima
Rabbi ondowa nakama, wajao tu mashakani

Sin

Sasa zimekaa mbali, taabiri na hikima
Natushukuru Jalali, na Mtume muadhwama
Asaa yakun kabuli, Ghafuru ndiye Rahima
Rabbi ondowa nakama, wajao tu mashakani

Shin

Shamu na bara ya Rumu, hata wakijenga hema
Muda wa mwaka timamu, inshallah ndiyo khatima
Hawabudi kugurumu, huku wakipigwa vyuma
Rabbi ondowa nakama, wajao tu mashakani

Swad

Swanduku na marupiya, na mabahasha ya nyama
Yote yatawachukiya, kwa riyali kuwauma
Wende kwao wakiliya, pasiwe kurudi nyuma
Rabbi ondowa nakama, wajao tu mashakani

Dhwad

Dhwara imetuthakili, ya dhahiri na biamma
Toka kuondoka Ali, l'asadi Dhwirghama
Imeondoka uduli, na kubakiya dhuluma
Rabbi ondowa nakama, wajao tu mashakani

Twee

Twakuombawe Moliwa, ishuke yetu khatima
Tunusuru na baluwa, yao hawa madhamima
Tukae kwa maridhawa, kwa jaza na kutuhama
Rabbi ondowa nakama, wajao tu mashakani

Dhwee

Dhwamiri za makufari, toka wapate hukuma
Watuona khantwiri, kama chachuli na kima
Husubu leo shauri, wakaja wakatuchoma
Rabbi ondowa nakama, wajao tu mashakani

'Ayn

'Uthmani na 'Umari, karramaLlahu dawama
Wakishika makhanjari, na panga zao za chuma
Wakipiga makufari, wengine wakilalama
Rabbi ondowa nakama, wajao tu mashakani

Ghayn

Ghurba na mashariki, Sawahili na Mrima
Yote wameiyaliki, umati wawajujuma
Dhiki isiyo twariki, Waarabu na khudama
Rabbi ondowa nakama, wajao tu mashakani

Fee (Fay)

Fakiri na matajiri, imetushuka neema
Kwa kuwa wametughuri, waabuduo swanama
Hatuwezi kujasiri, wa-amma au fa-imma
Rabbi ondowa nakama, wajao tu mashakani

Qaf

Qadhi ibin Hamadi, hakimu tena halima
Kaziye hujitahidi, shariya iliyo njema
Khushui yenye baridi, jinsi alivyo ruhuma
Rabbi ondowa nakama, wajao tu mashakani

Kaf

Kamili mwinyi kuumba, abyadhwa na dhulama
Yamekuwako mashamba, na majumbe ya kulima
Na hayo kwake membamba, ka-rihi wal-ghamama
Rabbi ondowa nakama, wajao tu mashakani

Lam

Lamu na bara ya nyika, zote wanazidandama
Imewabakiya Makka, wakikhofiya kuzama
Wakenda hutetemeka, kazi ni kudumaduma
Rabbi ondowa nakama, wajao tu mashakani

Mim

Manuwari za harubu, za Sultwani wa Ruma
Ameziweka zahibu, na watu wa kutazama
Zangojeya makutubu, Ilahi mwinyi naima
Rabbi ondowa nakama, wajao tu mashakani

Nun

Na Umati Muhammada, swalla-Llahu wa-sallama
Natushikeni ibada, ya swalatu na swiyama
Tuiwache na fasada, 'asaa yakun ghanima
Rabbi ondowa nakama, wajao tu mashakani

Waw

Waondowe filhali, wote uladi harama
Tusione kwa dalili, kwa ishara na alama
Tukae kwa manzili, ibada ram kwa rama
Rabbi ondowa nakama, wajao tu mashakani

Hee

Haihata haihata, watu mnaofahama
Kukosa na kuyapata, nambiyeni neno jema
Mimi naona matata, siku zote kutukama
Rabbi ondowa nakama, wajao tu mashakani

Lam-Alif; Yee

Lam-Alif; Yee, ni mwisho natiya tamma
Na fatiha ninuwiye, yaumu wal-ayyaama
Amina munitikiye, Rabbanaa thamma wa thamma
Rabbi ondowa nakama, wajao tu mashakani

* * * * *

ITIFAKI NI AULA

Msamiati

ITIFAKI	makubaliano; masikilizano
AULA	bora; afadhali
UNADHIFU	usafi
UKABAILA	hali ya kutokana na kabila linaloaminiwa kuwa ni bora
HUKHUNIWA	huachwa; huhuniwa
GHILA	pato; kipato
SI SHANI	si ajabu
KHIYARI	mtu au watu walio "bora"
WANATIWA QILA	hawana ithibati; hawaaminiki
TUJARI	matajiri
IKIBALA	makubaliano
HUJIRI	hutokea
TULA	(mtu) mrefu
DALILA	dalili; ishara
BATWILA	batili
AKILA	akali; chache mno
MAJNUNA	majnuni; mwendawazimu
ANDHALA	wanyonge
LUBU-LI-BABU	kindakindaki
WASIO TUWA	wasio na kasoro au ila
DHAIFU HUWA NI ʿALA	(watu) dhaifu huwa watukufu
WATUMIWA SHARBELA	watumiwa ovyo

Kupendwa si unadhifu, wala si ukabaila
Hupendwa japo mchafu, na jamii zote ila
Hukhuniwa maarufu, mwenye mashamba na ghila
Itifaki ni aula, wala si shani uzuri

Wala si shani uzuri, kuwa na sura jamala
Si asili si fakhari, wala si pambo na kula
Wanakhuniwa khiyari, nao wanatiwa qila
Itifaki ni aula, wala si shani uzuri

Hukataliwa tujari, wanao mambo fadhila
Akapendeza fakiri, ikatosha ikibala
Dawamu hayo hujiri, mfupi hushinda tula
Itifaki ni aula, wala si shani uzuri

Khafifu huwa mzito, yelekeapo jaala
Si samadari na mito, si nadhifu pa kulala
Wala hufuwati pato, matumizi na chakula
Itifaki ni aula, wala si shani uzuri

Na mimi singalisema, naona tele dalila
Kulla nikiutazama, moyo hufuwata mila
Ujapo na sura njema, haitoshi ni batwila
Itifaki ni aula, wala si shani uzuri

Wangapi nimewaona, werevu wenye akila
Vijana vya kiungwana, vyenye siyasa na hila
Hali zao majnuna, kwa kupenda andhala
Itifaki ni aula, wala si shani uzuri

Wangapi lubu-li-babu, wanao hadhi na dola
Vijana wa Kiarabu, wasio tuwa mahala
Mapenzi yamewaswibu, dhaifu huwa ni 'ala
Itifaki ni aula, wala si shani uzuri

Kemkemu mabanati, lubu katika kabila
Zinawakosa bahati, watumiwa sharbela
Kusema sana sipati, Subhana wa-Taala
Itifaki ni aula, wala si shani uzuri

Kaditama itifaki, aidha na ikibala
Bahati ikiwafiki, mapenzi huja ghafula
Wangapi wameghariki, mahaba yana madhila!
Itifaki ni aula, wala si shani uzuri

※   ※   ※   ※

NINI KUFANYIWA SHINDI?[83]

Msamiati

YENDA	yuwenda
KWENDA JELA HAIHATI	kwenda jela ni lazima
BARANDI	aina ya pombe; brandi
MUHARUMA	aina ya vazi la asili la Kiswahili, ambalo ni kitambaa mfano wa kashida, kinachovaliwa na wanaume kwa kutupiwa mabegani
HADHII	hadhoofu

Msware una mpoti, jana wekata warandi
Kesho Shaba enda koti, angojeya Barahindi
Kwenda jela haihati, yamshitaki mapindi
Nini kufanyiwa shindi, hata tambi kuvaliwa?

Hizi tambi kuvaliwa, iko ilani ya Gandi?
Kakataza kushonewa, kijongoo wala bandi
Wete watu wavuliwa, kaamrishwa Afandi
Nini kufanyiwa shindi, hata tambi kuvaliwa?

Hulewalewa marinda, mabegani hayatindi
Si kilemba si ubinda, hakunjuwi hajitandi
Wanuka kama kidonda, wala kufuwa hapendi
Nini kufanyiwa shindi, hata tambi kuvaliwa?

Lau kwamba aufuwa, japo kama haudandi
Kunusi lingepunguwa, na wale chawa makundi
Ukiunuka hulewa, hushinda kunywa barandi
Nini kufanyiwa shindi, hata tambi kuvaliwa?

[83] Sababu ya Sarahani kulitunga shairi hili ni bwana mmoja wa Pemba. Yasemekana kwamba bwana huyu alikuwa na tabia ya kupenda kuhonga wanawake. Kwa hivyo, akibadili rupia ili kupata mapeni mengi ya shaba kwa makusudi ya kwamba kila akutanapo na mwanamke atakaye kumuhonga awe na cha kumpa. Ndipo akabandikwa lakabu hiyo. Kwa sababu ya tabia yake hiyo ya uchafu aliokuwa nao Shaba, Sarahani alipata kumnasihi aiache; na akamshauri kwamba badala ya kupoteza pesa zake namna hiyo, ingekuwa vizuri lau angezitumia kwa njia ambayo ingemletea faida. Shaba alipoona kwamba kila siku watu wazidi kumsema na kumlaumu, alikwenda dukani akanunua msware (nguo ya kupigia kilemba) na siku ya pili yake akanunua punda, ambaye alimwita "Twachuma Hivi". Badala ya kumtumia punda huyo kufanyia kazi, akawa akimpanda na kuzunguka naye mjini; na uchafu wake ukazidi! Msware aliounua ukawa wanuka kwa gugumo la uchafu, na ukawa umechanikachanika umebakia matamvua. Yasemekana kwamba wakati mmoja Sarahani alipokutana naye, akamuuliza Shaba, "Hicho ulichovaa ni kilemba au ni jarife au ni nyavu?" Naye Shaba akamjibu, "Na wewe hiyo kanzu ya tarabizuna uliyovaa ina tafauti gani na jarife au nyavu?" Baada ya hapo haukupita muda mrefu ila Sarahani akatunga shairi hili, ambalo lajulikana pia kwa jina la "Shairi la Shaba".

Shaba ni kwa muharuma, "Twachuma Hivi" hapandi
Hachinji tukale chama, wala machungani hendi
Yu Hurumzi daima, katu pengine hashindi
Nini kufanyiwa shindi, hata tambi kuvaliwa?

Tamati Shaba hawazi, uchafu wote hakondi
Angekuwa kama uzi, ila hadhii hawandi
Hudhani jumba la kozi, lafunikiza kibundi!
Nini kufanyiwa shindi, hata tambi kuvaliwa?

MJA'LIYE ISQAMU

Msamiati

ISQAMU	maradhi
ALLAHUMMA STAANI, BISMIKAL ADHWIMU	Ewe Mwenyezi Mungu naomba msaada kwa jina lako tukufu
NADUUKA YA–MANANI	nakuomba Wewe (Mwenyezi Mungu)
IWE KUN–FAYAKUNI	(niombalo) liwe pasi na kuchelewa; iwe ni (Mwenyezi Mungu) kuliambia "Kuwa!" na likawa
KA BARASWI NA JUDHAMU	kama mbalanga na ukoma
IRUFAI FIL–HALI	(dua) ipae/ifike juu haraka
SIHAMU	chembe cha mshale; kigumba
ZAQUMU	mbiliwili; mbigili
IDHWAMU	m(i)fupa
UZEBE	upumbavu
KWA SHUHURI NA AYAMU	kwa miezi na miaka
ASISIKIYE KALAMU	asisikie maneno; awe kiziwi
NA SURURU LA-YADUMU!	– asipate furaha ya kudumu
ABTALI	(mtu) aliyeharibikiwa na hali
MADHUMUMU	anayetajika kwa ubaya
UMTAQIMU	umwangamize

Allahumma staani, bi-ismikal adhwimu
Naduuka ya-Mannani, niamuwe na khasimu
Iwe kun-fayakuni, haya nnayonudhumu
Mja'liye isqamu, utakabali amina

Naimukhuni duniya, wemawe wamukhasimu
Iwe ni kumkimbiya, ka baraswi na judhamu

Pasiwe wa kumwendeya, mtu wa kumrehemu
Mja'liye isqamu, utakabali amina

Wa-bihaki Jibrili, duwa yangu naitimu
Irufai fil-hali, ishuke kama sihamu
Jamii ya maakuli, alacho kiwe ni sumu
Mja'liye isqamu, utakabali amina

Ilahi nihukumiya, ni wewe pweke hakimu
Mjuzi wa zote niya, ajili ni madhulumu
Madamu amenambiya, takula kama zaqumu
Mja'liye isqamu, utakabali amina

Rabbi mpe subiyani, amle nyama na damu
Amuingiye mwilini, amvugute idhwamu
Hali yumo duniyani, halafu hana fahamu
Mja'liye isqamu, utakabali amina

Ilahi mpe uzebe, ajaye tumbo na pumu
Aviringe kama kobe, kwa shuhuri na ayamu
Japo kula asishibe, iwe nari jahanamu
Mja'liye isqamu, utakabali amina

Ya-Rabbi mpe uziwi, asisikiye kalamu
Na macho kizuwizuwi, ale uchungu na tamu
Kusema awe hajuwi, bi-haki Ibrahimu
Mja'liye isqamu, utakabali amina

Wana lana wajakazi, jamii binti haramu
Sijapo ukamuezi, kwa hiba na kugharimu
Mwishowe atakujazi, kheri kufuga bahimu
Mja'liye isqamu, utakabali amina

Na aliyekuwa wote, vita wakinihujumu
Mamaye awe kiwete, asiweze muhudumu
Hapa na hapa asote, waleteyane salamu
Mja'liye isqamu, utakabali amina

Atakayo asipate, tamaa na udhalimu
Ili kupata chochote, apate hamu na ghamu
Na sasa ngoja ajute, na sururu la-yadumu!
Mja'liye isqamu, utakabali amina

Kaditama abtali, jinsi yake madhumu
Nione kwa siku mbili, umbashiri wazimu

Wa-bihaki Mursali, Ilahi umtaqimu
Mja'liye isqamu, utakabali amina

* * * * *

NAKULAUMU

Msamiati

UJUDI	(jambo) lililoko, lipatikanalo au lijulikanalo
KUANISI	kustarehe
RAMSA	furaha
MUWADI	mpenzi
TAKUAPIYA YAMINI	nitakuapia; nitakulia kiapo; nitakulia yamini
WATAAKHARI	wachelewa
BI KUWINI, SULTWANA WA NGEREZA	Bibi "Queen", malkia wa Uingereza

Ewe shada-l-muluki, moyoni waniunguza
Nadhani hino ni chuki, aula sikupendeza
Madhali kama hutaki, wajibu kunieleza
Vibaya umefanyiza, ndipo nikakulaumu

Ndipo nikakulaumu, maana wewe muweza
Akali hata salamu, kijakazi kutumiza
Kuondowa malaumu, huzuni kunipunguza
Vibaya umefanyiza, ndipo nikakulaumu

Lipi linaloharibu, kuja tukazungumza?
Kama wakhofu taabu, kufika mimi naweza
Ni ujudi Waarabu, kuanisi na kucheza
Vibaya umefanyiza, ndipo nikakulaumu

Ramsa hudhuru nini? na hayo si muujiza
Wahadhari kitu gani? muwadi nakuuliza
Takuapiya yamini, iwapo tayaeneza
Vibaya umefanyiza, ndipo nikakulaumu

Muhali umekwandama, hivi ungajipumbaza
La mwisho hata khadima, mtu hutaki agiza
Si vyema thama si vyema, sifanye nakukataza
Vibaya umefanyiza, ndipo nikakulaumu

Wa kemkem nadhiri, nakuekeya aziza
Na wewe wataakhari, kiyasi kuniumiza
Lipi unalofikiri, na lisemwalo husoza!
Vibaya umefanyiza, ndipo nikakulaumu

Tamma wapita njiyani, nisiweze kuuliza
Mekufanya Bi-Kuwini, Sultwana wa Ngereza
Taji lililo kichwani, na macho ukirembeza
Vibaya umefanyiza, ndipo nikakulaumu

* * * * *

MUWONGO WA UWONGONI[84]

Msamiati

HASHAKI	tamko lisemwalo kabla ya kumwambia mtu maneno ya matusi; hashakum!
MJOLI	mjakazi
ARIFU	mjuzi
MAAMUMA	neno hili lahusiana na swala katika Uislamu. Na maana yake ni: mtu anayeswali nyuma ya anayeswalisha, au kuongoza swala, yaani nyuma ya imamu. Lakini katika ubeti huu limetumika kwa maana yake ya ziada katika lugha ya kawaida ya Kiswahili. Nayo ni: mtu asiyekuwa na ujuzi au elimu ya kutosha ya jambo fulani, bali hufuata mawazo ya watu wengine
ZAIDANI	zaidi
ISMA'A MAJINUNI	sikiliza ewe mwendawazimu
IMEWAKIFU	imewatosha; imewaridhisha
ISMUHU	jina lake
PASHAO	hamu kubwa; pashau
AUNI	msaada
KAFA	nyote

[84] Kwa mujibu wa mwanawe Sarahani, Bwana Matwar, sababu ya Sarahani kulitunga shairi hili ni kwamba alifikiwa na mtu aliyejiita "Sharifu". Mtu huyu alikuwa akijidai kwamba ni sharifu, na hali ya kwamba si kweli. Hakuwa Mwarabu wala hakuwa na damu ya Wapemba, bali Sarahani akimjua kwamba ni Mkuyu, kabila mojawapo la makabila ya Kwale, Kenya. Pia alijidai kwamba yeye ni mwanachuoni, na hilo halikuwa kweli pia.

Ewe hashaki fidhuli, tubu! Zuwiya lisani
Liswihi mara ya pili, jawabu la nukusani
Hadhari kuwa mjoli, utauzwa kwa thamani
Muwongo wa uwongoni, wewe mjita sharifu

Ewe mjita sharifu, u muwongo kwa yakini
Lau kwamba u arifu, watwalii vitabuni
Wallahi hungejisifu, kwa jadi bin Hashimu
Muwongo wa uwongoni, wewe mjita sharifu

Wana wa Bibi Fatuma, wane hana zaidani
Zainabu; Kalthuma, na Hasani na Huseni[85]
Ayajuwa maamuma, mzandiki maluuni
Muwongo wa uwongoni, wewe mjita sharifu

Nimo katika nasabu, natwalii sikuoni
Ya wewe kutakarabu, kungiya usharifuni
Wastahili adabu, au utiwe sokoni
Muwongo wa uwongoni, wewe mjita sharifu

Hu Mpemba hu sharifu, wala humo Arabuni
Kuliko sita harufu, isma'a majinuni
Nasabu imewakifu, ya Hashimu-l-Huseni
Muwongo wa uwongoni, wewe mjita sharifu

Sini ni Ismaili, Nuhu ya pili kwa nuni
Shini Shuaibu rasuli, ismuhu Barzuni
Hujuwa mwenye akili, ambaye mtu razini
Muwongo wa uwongoni, wewe mjita sharifu

Mimu ni wetu rasuli, Muhammadi-l-amini
Lam Lutwi kasaili, *he* ni Hudu fununi
Wamo wote kabaili, wewe u pahali gani?
Muwongo wa uwongoni, wewe mjita sharifu

Si njema yako asili, ila tufunike funi
Aula tuyadalili, utangiya fedhehani
Na unenapo si kweli, tunza qurrati 'ayni
Muwongo wa uwongoni, wewe mjita sharifu

Huijuwi tafsiri, mjinga wa Jalaleni[86]
Huwaje leta khabari, kwa aya za Qur'ani
Huchelei kukufuri! u mwerevu tangu lini?
Muwongo wa uwongoni, wewe mjita sharifu

---

[85] Hawa ni wajukuu wa Mtume Muhammad, waliozaliwa na binti yake, Mwana Fatuma.
[86] Hili ni jina la kitabu cha Tafsiri ya Qur'ani.

Japo uwe na pashao, mimi sitaki auni
Kaffa tawavuwa nguo, msende mahadharani!
Tuhuma na ujingao, wanenaje ya kudhani?
Muwongo wa uwongoni, wewe mjita sharifu

Tamati nimewaswili, munitao uwanjani
Basha Ali na Fadhili, ni wavita tangu lini?
Kulla nikiwakabili, watarajiya amani
Muwongo wa uwongoni, wewe mjita sharifu

✳ ✳ ✳ ✳ ✳

MASIKINI HAPENDEZI

Msamiati

HUMBARI	humuepuka; humkimbia
HONDOKA	nikiondoka
KISIBU	kisingizio

Mtu akiwa fakiri, khaswa kwa zamani hizi
Ndugu wote humbari, na jamii ya wazazi
Hayo kwangu yamejiri, kuficha kweli siwezi
Masikini hapendezi, nachoka jipendekeza

Nachoka jipendekeza, mimi kwetu si azizi
Hawawezi nifukuza, hondoka hawaniwazi
Mimi kwetu nachukiza, mwadhani sipelelezi?
Masikini hapendezi, nachoka jipendekeza

Ingelikuwa huruma, engelifanya shangazi
Na nduguze kusimama, wakazidisha mapenzi
Kitu chao kuazima, wanidhani kuwa mwizi
Masikini hapendezi, nachoka jipendekeza

Aidha hata swahibu, kushikana maongezi
Hunifanyiya sababu, kusudi ya machukizi
Hunipa kulla kisibu, naona hivi machozi!
Masikini hapendezi, nachoka jipendekeza

Mwisho ni jirani zangu, kama meno na ufizi
Kisadaka cha kijungu, peke yangu sifanyizi
Na wao huomba Mngu, nizizimiye zizizi
Masikini hapendezi, nachoka jipendekeza

Rabbi baba kamwondowa, kanirithisha majonzi
Kaniachiya ukiwa, sina pa kuomba nazi!
Wenzangu wanibaguwa, wanioneya kinyezi
Masikini hapendezi, nachoka jipendekeza

Tamma Rabbi aniona, mjawe si mdumzi
Moyo wangu fila sina, sisikii mtumizi
Japo wote kuniguna, Ilahi ndiye mlezi
Masikini hapendezi, nachoka jipendekeza

* * * * *

NJAA HAILEI MWANA[87]

Msamiati

NDWELE	ugonjwa
TAGHILIBA	udanganyifu
HUKITHIRI	huzidi
HUKUKAMA	hukubana
KORATI	korti; mahakama

Njaa neno thakili, siku mnayopambana
Njaa ni kama ajali, na nduli hufuwatana
Njaa haikai mbali, mara moja hukubana
Njaa hailei mwana, nifanyeje hali sina!

Njaa usipoiweza, mwemao mwatukanana
Njaa japo jizoweza, katwa haiwezekana
Njaa ni neno la adha, lakini hila hatuna
Njaa hailei mwana, nifanyeje hali sina!

Njaa ni ndwele ya mwili, wendapo mwafuwatana
Njaa usiku hulali, hapo utapoiyona
Njaa ikikukabili, matumbo hukorogana
Njaa hailei mwana, nifanyeje hali sina!

Njaa japo kula ng'ombe, sidhani mutahamana
Njaa haina kiumbe, ambaye isiyemwona
Njaa haina kipembe, wendapo itakubana
Njaa hailei mwana, nifanyeje hali sina!

---

[87] Shairi hili lilipatikana kutoka kwa mwanawe Sarahani, Bwana Matwar.

Njaa khaswa ukishiba, wasema hutaiyona
Njaa ina taghiliba, si mkongwe si kijana
Njaa yavunja mahaba, mkeo mkipendana
Njaa hailei mwana, nifanyeje hali sina!

Njaa ina ufukara, mkitazama mwaona
Njaa haina tijara, wala uchumi haina
Njaa watu yawakera, ndipo tukaambiyana
Njaa hailei mwana, nifanyeje hali sina!

Njaa khaswa ya masika, hukithiri kutuwina
Njaa inapokushika, masikio huzibana
Njaa macho hufumbika, waona giza mchana!
Njaa hailei mwana, nifanyeje hali sina!

Njaa haina huruma, japokuwa kitu huna
Njaa haina uzima, pale utapoiyona
Njaa mara hukukama, ukaona nguvu huna
Njaa hailei mwana, nifanyeje hali sina!

Njaa natiya tamati, ndiyo faradhi na suna
Njaa haina wakati, usiku wala mchana
Njaa haina korti, ama tungehojiyana
Njaa hailei mwana, nifanyeje hali sina!

✳ ✳ ✳ ✳ ✳

SITAKI MWENGINE TENA[88]

Msamiati

GHAZALI	paa (mnyama)
KIBLANI HADI KUSI	kaskazini mpaka kusini
AHMARI	ekundu
VIHOSI	aina ya nguo nyembamba sana ambazo zaonyesha upande wa pili
HAKUTAYABASI	si mkavu; hakukonda
ATWILASI	hariri
BURUJI	nyota za kupigia ramli

---

[88] Sarahani alilitunga shairi hili alipomwoa Mwana Isha, wa mtaa wa Kuze, Mombasa, yamkini katika mwaka 1922. Yasemekana kwamba hii ilikuwa ni ziara ya mwisho ya Sarahani Mombasa.

NUHUSI	nuksi; kisirani
WAJIHI	uso
KATHIRI	nyingi
TWAZINUKUSI	twazipunguza
GHARADHI	upinzani
ASIKARIDHI	asikope
LIBASI WALA FULUSI	nguo wala pesa
SIHIRI	uchawi

Mepata anipendaye, mzuri hana kiyasi
Azima nikae naye, kwa ayamu turamisi
Anipendeza suraye, macho mazuri na nyusi
Anitosha yeye basi, sitaki mwengine tena

Jamali mzuri sura, ndiye twabibu nafusi
Uso mwema mduwara, ni shani yake Qudusi
Kicheka meno hung'ara, hudhani ni almasi
Anitosha yeye basi, sitaki mwengine tena

Napenda sina khiyari, maisha sitamghasi
Ndiye nuru anwari, mzaliwa abanusi
Ndiye ghazali fakhari, nadhifu tena mwepesi
Anitosha yeye basi, sitaki mwengine tena

Thamma kanifurahisha, kulla siku ni arusi
Adabu tena bashasha, hana kiburi mchesi
Jeuri ameondosha, na maneno ya matusi
Anitosha yeye basi, sitaki mwengine tena

Anapotowa sauti, wadhaniya ni gambusi
Aketi ndani ya kati, adanda kama tausi
Amewashinda banati, kiblani hadi kusi
Anitosha yeye basi, sitaki mwengine tena

Shani afunge safari, avae yake libasi!
Zile kanga ahmari, mfano kama vihosi
Yoyote atamughuri, hataimudu nafusi
Anitosha yeye basi, sitaki mwengine tena

Nywele zimelala singa, zimependeza nyeusi
Kwa mafuta huzifunga, zimewashinda wasusi
Muwili ameviringa, hasha hakutayabasi
Anitosha yeye basi, sitaki mwengine tena

Hakika ukimshika, mfano wa atwilasi
Jamii kalainika, ameghilibu unasi
Buruji alozalika, hakuzawa kwa nuhusi
Anitosha yeye basi, sitaki mwengine tena

Haiba wajihi wake, aliumbwa kwa viyasi
Ni kathiri sifa zake, baadhi twazinukusi
Kifuwa na shingo yake, maringo kwa kulla jinsi
Anitosha yeye basi, sitaki mwengine tena

Apendalo tamridhi, milele sitamtusi
Simfanyiye gharadhi, asemalo huwa basi
Kwa mtu asikaridhi, libasi wala fulusi
Anitosha yeye basi, sitaki mwengine tena

Tamati mpe umri, Jalla-wa-ala Quddusi
Mnusuru na sihiri, aduwi na majasusi
Muhifadhi kulla shari, aketi ataanasi
Anitosha yeye basi, sitaki mwengine tena

✳ ✳ ✳ ✳ ✳

RAMADHATIL-'IMADI[89]

Msamiati

NAFURAHI GHAYA	nafurahi sana
MAUSUFU	enye kusifika
KWA RUKUNI	
MSHAYADI	kwa nguzo imara
SHAMSI	jua
MIRIKHI	jina la sayari (Mars)
UTWARIDI	jina la sayari (Mercury)
RIHI	harufu (nzuri)
UTURI MINAL-ALI	manukato ya hali au kiwango cha juu
AMBAZO SI MAUJUDI	ambazo hazipatikani (kwa urahisi)
MISHMISHI	aina za maua
FADHALI	bora

---

[89] Hapa maana yake ni "nyumba kubwa". Tamko hili latokana na Qur'ani (*Iramadhaatil-imaad*), Aya ya 7 Sura ya 89, ambayo yaendeleza fikira iliyoanza kuelezwa katika Aya iliyoitangulia. Katika Aya hiyo ya 6, Mwenyezi Mungu yuwaeleza jinsi alivyowaadhibu watu wa Adi (Iram), ambao walikuwa katika kaumu ya Nabii Hud. Watu hawa walifanya kiburi kwa sababu ya nguvu na madaraka waliyokuwa nayo, "hata wakisema, 'Ni nani mwenye nguvu kuliko sisi" (Sheikh Abdullah Swaleh Al-Farsy katika tafsiri yake, *Qurani Takatifu*, Islamic Foundation, Nairobi, (Chapa ya Tano), 1987).

HALITINDIKI ABADI	halimaliziki milele
WA-GHAIRUHA IDADI	na nyenginezo zisizokuwa hizo
PWEKE WAHIDI FARIDI	(mimi tu) pekee; peke yangu
WATARADADI	huenda na kurudi; huzungukazunguka
KIFENENGE	mbinja; mruzi
AMEGHILIBU UNASI	amedanganya/ ameshinda watu wote
NUHUSI	nuksi; kasoro; kisirani
WAJIHI	uso
KATHIRI	nyingi

Jama nafurahi ghaya, na kulla siku nazidi
Rabbi menijaaliya, ramadhatil-imadi
Na rehema yatosheya, ndugu zangu nafaidi
Ramadhatil-'imadi, jama nimeihamiya

Ah! nimeihamiya, ramadhatil-imadi
Mausufu mwasikiya, hiyo jannati shidadi
Yatosha yatutosheya, nashukuru hihimidi
Ramadhatil-'imadi, jama nimeihamiya

Inajengwa kwa nafasi, kwa rukuni mshayadi
Kwa nguzo za almasi, lulu na zubarjadi
Nuru hushinda shamsi, mirikhi na utwaridi
Ramadhatil-'imadi, jama nimeihamiya

Huisikiya kwa mbali, rihi miski na udi
Uturi minal-ali, ambazo si maujudi
Na mishmishi fadhali, asmini na waridi
Ramadhatil-'imadi, jama nimeihamiya

Fakihati zaujani[90], halitindiki abadi
Tini na mizaituni, wa-ghairuha idadi
Hula nnachotamani, pweke wahidi faridi
Ramadhatil-'imadi, jama nimeihamiya

Jamii waitamani, raiya na masayyidi
Kwa macho hawaiyoni, wamekwisha jitihadi!
Najaliwa Sarahani, kuikiwa makusudi
Ramadhatil-'imadi, jama nimeihamiya

---

[90] Tamko hili latokana na Qur'ani *(Fiyhimaa min kulli faakihatin zawjaan)* Aya ya 52 ya Sura ya 55, ambayo yaeleza baadhi ya mambo yaliyomo Peponi. Maana ya Aya hii ni: Muna humo, katika kila matunda, namna mbili (na zaidi za kila aina).

Huko hafiki Kamange, twaghau fil-biladi[91]
Matajiri na wanyonge, daima wataradadi
Sisikii kifenenge, nimepumzika Hodi!
Ramadhatil-'imadi, jama nimeihamiya

Hupenda kumchukuwa, liakhi bin Saidi
Hukhofu kuliya ngowa, ni lazima hana budi
Tamma nimerufukiwa, nisende na mafisadi
Ramadhatil-'imadi, jama nimeihamiya

* * * * *

KUMURIYA

Msamiati

KUMURIYA	jina la ndege
MNANDI	jina la ndege
FASWIHA	faswaha; mjuzi au hodari wa kuzungumza au kusema
HAKUVUNDI	hakuvunji; hakukatalii
NA AKILI HAPAGAWA	nikapagawa na akili; nikapotewa na akili
HILENGA	nikilenga
MITHALI	mfano
HAZITINDI	hazimaliziki
KUCHA MUHALI	kuogopa lawama
TAMKATA TINDI TINDI	nitamkata vipande vipande
LATWIFA	mpole
MTU TWAGHA	mtu mwenye kiburi
MWILI UENELE SWIGHA	mwili umeenea mapambo

Ndiye yeye kumuriya, hapo mbele ya mgandi
Faswiha akikujiya, utakalo hakuvundi
Mwepesi wa kuridhiya, ni kinyunya hakushindi
Amenivunja vipindi, kwa maringo na swafawa

---

[91] Yaani "mfanya maovu katika miji". Tamko hili latokana na Qur'ani (*Alladhiyna twaghaw fil-bilaad*) Aya ya 11 ya Sura ya 89, ambayo yahusiana na Firauni.

Kwa maringo na swafawa, hamo katika makundi
Ulimi wake haluwa, jozi swafi ya Kihindi
Na akili hapagawa, mbwiza hushinda mnandi
Amenivunja vipindi, kwa maringo na swafawa

Hilenga sifa mithali, sifa kwake hazitindi
Lau si kucha muhali, ngesema ni mwana Hindi
Anikanyapo fidhuli, tamkata tindi tindi
Amenivunja vipindi, kwa maringo na swafawa

Mtiye katika sifa, ni lubu katika Kindi
Tabiya yake latwifa, si jeuri 'Nenda!' 'Sendi!'
Nasabaye ni sharifa, rejesta na kwa hundi
Amenivunja vipindi, kwa maringo na swafawa

Tamma ungiye faragha, umpetepete hundi
Hulegeya mtu twagha, bwangabwanga huwa fundi
Mwili uenele swigha, ni zagao la kizandi
Amenivunja vipindi, kwa maringo na swafawa

✳ ✳ ✳ ✳ ✳

NIRUHUSU TWALIYANI[92]

Msamiati

AYI BADRU TAMAMA	ewe mwezi uliotimia, ewe mwezi mpevu
KUCHUMA	kufanya biashara
SHAHRENI	miezi miwili
HAPO NENDAPO	
SAKINI	hapo ninapokwenda kukaa; hapo nitakapokuwapo
ATRAFU	sehemu (za mji); mitaa

Ayyi badru tamama, nakuja kaswidiani
Kukuarifu nahama, kama utaniidhini
Nafika Bopwe kuchuma, kwa muda wa shahreni
Niruhusu Twaliyani, nakuaga matembezi

---

[92] Neno "Twaliyani" lina asili ya lugha ya Kiarabu, na lina maana ya "mwanamke mwenye weupe wa rangi ya pera".

Nakuaga matembezi, niruhusu Twaliyani
Kukufariki siwezi, ila ni umaskini
Nataraji matumizi, na cha kulipa wadeni
Niruhusu Twaliyani, nakuaga matembezi

Ni matembezi na haja, hiyo nnayobaini
Nami inshallah takuja, sikukhuni abadani
Japo mwezi mara moja, kama meli ya rauni
Niruhusu Twaliyani, nakuaga matembezi

Unapo haja thakili, mpenzi wanitamani
Takuagiza mahali, hapo nendapo sakini
Kwa Muhindi Ghulamali, atrafu za Chanoni
Niruhusu Twaliyani, nakuaga matembezi

Ukifika Kilegeza, fuliza Mkadiani
Na hapo tena uliza, utadulishwa Chuleni
Na mimi nitaagiza, Chonga na hadi Kungeni
Niruhusu Twaliyani, nakuaga matembezi

＊ ＊ ＊ ＊ ＊

NAAPA USIKU SENDI

Msamiati

MDHANA	kisirani
SENENDI	sendi; siendi
MAHANA	wasiwasi
HITIZAMA	nikitazama
AKITUNA	akivimba; akifura
MWIVI	mwizi
SWAHIBU ZINA	mzinifu; mtu anayezini

Sendi usiku wa giza, umenipiga mdhana
Usiku ni makengeza, senendi nisipoona
Makubwa sitaweleza, yamenipata mahana
Sasa takwenda mchana, naapa usiku sendi!

Usiku naapa sendi, yananitosha ya jana
Mengiya katika lindi, kutoka sijuwi tena
Sishuki wala sipandi, hitizama rai sina
Sasa takwenda mchana, naapa usiku sendi!

Nimepoteya mwituni, miti inaposongana
Japo tazama sioni, marefu wala mapana
Mtu usiku haoni, kujuwa fungu na kina
Sasa takwenda mchana, naapa usiku sendi!

Siki usiku ni mtu, hiyo yakini si dhana
Fungo hugeuka chatu, ghadhabuze akituna
Kumfika huthubutu, ki-mbwa yuwadangana
Sasa takwenda mchana, naapa usiku sendi!

Akhuwa mtembeyao, usiku una namna!
Masiki huvaa nguo, kiwatu yakafanana
Tena yana mashituo, shati muhadhari sana
Sasa takwenda mchana, naapa usiku sendi!

Wendao ni maluuni, taweleza kwa majina
Mchawi na shaitwani, mwivi na swahibu zina
Na wao hawakutani, daima hukimbiyana
Sasa takwenda mchana, naapa usiku sendi!

Kaditama namaliza, baada haya kunena
Rabbi nondolee giza, na majiba kunichoma
Nami nakoma susuza, kwa enziyo Subhana
Sasa takwenda mchana, naapa usiku sendi!

NDEGE WAMERUFUKIWA

Msamiati

WAMERUFUKIWA	wamepigwa marufuku
MNYOO	mnyororo
MAKHUNASI	watu waovu

Mwinyi kuondowa miko, ilani tumeletewa
Ni khamsini viboko, na mnyoo atatiwa
Basha uwinja hauko, tuleni vya kununuwa
Ndege wamerufukiwa, wawinja tahadharini!

Jamii ya makhunasi, sasa mmevunjikiwa
Ambao mu majasusi, mwendao kulla kisiwa
Mkawapiga risasi, mitungo mkachukuwa
Ndege wamerufukiwa, wawinja tahadharini!

✳ ✳ ✳ ✳

LIZAMU NA DARIZENI

Msamiati

NUSURA	(kwa) bahati amenusurika
LIZAMU	kifungo gerezani
DARIZENI	adhabu ya kupigwa viboko kumi na mbili
ALITIWA MKONONI	alikamatwa
ASWAHI	kweli kabisa
PENUNI	vichochoroni
TWAGHI	majivuno; kiburi
MDONGEYA	kofia ya Kiswahili isiyokuwa na vito na iliyoshonwa kwa cherehani
QABIHI	(mtu) mwovu
SHAIBU	mzee
UBAZAZI	werevu wa kufanya vitimbi au vioja
ATAYAQANI	anayakinisha; anapata hakika; anajua
TAAZURA	izara; aibu
KUN–ASHADDI	jiweke tayari

Basha Ali[93] mwambiyeni, sasa ni kutulizana
Zimegeuka zamani, ukamange hapo jana
Juzi mzambarauni, fundi alipatikana!
Nusura angaliona, lizamu na darizeni!

Lizamu na darizeni, hiyo ni khabari kana
Zingemwingiya mwilini, adabu ya kufanana
Hila na zake fununi, hata asingelipona
Nusura angaliona, lizamu na darizeni!

Alitiwa mkononi, hiyo aswahi si dhana
Akitambaa penuni, Mnyasa wakapambana
Akapelekewa pwani, msikiri japo kana
Nusura angaliona, lizamu na darizeni !

Ulimughuri urefu, kwa twaghi na kujivuna
Miguu isiyo chafu, kama jini Maimuna
Na kama si Bin Sefu, kwa Kepteni[94] kunena
Nusura angaliona, lizamu na darizeni !

---

[93] Jina mojawapo la Kamange alilokuwa akiitwa na washairi wenziwe.
[94] Cheo cha afisa wa wakati wa utawala wa kikoloni, aliyekuwa mkuu wa eneo la Pemba.

Kusema naona haya, lakini twataniyana
Hakuzidi mdongeya, kanzu alikuwa hana!
Watu wakimzomeya, huku wakioneshana
Nusura angaliona, lizamu na darizeni !

Kila linalomswibu, yastahiki maana
Jitu qabihi shaibu, kukaa kama jununa
Halijui ya aibu, domo refu kama ngwena
Nusura angaliona, lizamu na darizeni !

Kazi yake ubazazi, kutwa kulala mchana
Hanasibiki na kazi, kulima wala kushona
Hasafiri hachuuzi, daima: Salamu mwana!
Nusura angaliona, lizamu na darizeni

Amri ya Kepteni, kila siku aiguna
Asema hapatikani, atisha kwa puwa pana
Sasa anatayaqani, ya juzi hayako tena
Nusura angaliona, lizamu na darizeni!

Ukome kwenda usiku; umekupiga mdhana
Pemba yote yakushuku, baadhi wakunong'ona
Yakuswibu kila siku, taazura na laana
Nusura angaliona, lizamu na darizeni!

Kaditama asikari, nasikiya wakinena
Kamange twamvinjari, shati takwenda kwa Bwana
Kun-ashaddi hadhari, utalima na watwana
Nusura angaliona, lizamu na darizeni!

*   *   *   *   *

LAA-YUHIBBU MAN-KAANA...[95]

Msamiati

MTAKABARI	mtu mwenye kiburi; mwenye majivuno
SIKUKUBEUWA	sikukudharau
HAIJUZU	haifai; si sawa
KUWATEFUWA	kuwadharau
WANAZUONI WA JANA	wanazuoni wa zamani; wanazuoni waliopita

---

[95] Hiki ni kipande cha mwisho cha Aya ya 36 ya Sura ya 4 ya Qur'ani, chenye maana ya "Hakika Mwenyezi Mungu hawapendi wenye kiburi, wanaojifakhiri" (wanaojisifu).

NAHAU	sarufi
SWARIFA	matumizi ya lugha
KHITILAFA	tafauti au hitilafu za maoni
JUNUNA	majununi; mwendawazimu
MUKHFI	mambo yaliyofichamana
IDHHARI	mambo yaliyo wazi

Nimesikiya khabari, sana hachukiwa sana
Wala hiyo si fakhari, Shekhe Ali si maana
Hapendi mtakabari, inna-Llaha Subhana
Laa -yuhibbu man-kaana, mukhtaalan-fakhuwra

Mukhtaalan-fakhuwra, Kesho yuwenda kiyona
Haifai kujishura, duniya dari li-fana
Siku ya Panda[96] khasara, kwa kauli ya Rabbana
Laa-yuhibbu man-kaana, mukhtaalan-fakhuwra

Mimi sikukubeuwa, kwani hetujapambana
Wa imma ni kuswifiwa, haijuzu kujinena
Wenzio kuwatefuwa, faraghani kuwalana
Laa-yuhibbu man-kaana, mukhtaalan-fakhuwra

Hawajiswifu wa swifa, wanazuoni wa jana
Wa Nahau na Swarifa, na Hadithi za maana
Zali nyingi khitilafa; madda, idghamu, ghunna[97]
Laa-yuhibbu man-kaana, mukhtaalan-fakhuwra

Summu-bukmun[98] takuwa, yawma yuhsharuwna[99]
Ulimi utazuwiwa, usipate pa kunena
Nawe Kashafu [100]funuwa, utaona kwa bayana
Laa-yuhibbu man-kaana, mukhtaalan-fakhuwra

Si wajibu si jaiza, mustahilla si sunna[101]
Nakukataza aziza, sijione u jununa
Ya thakili hutaweza, wacha Basha kushindana
Laa-yuhibbu man-kaana, mukhtaalan-fakhuwra

---

[96] Siku ya Kiama, itakapopigwa parapanda (panda) ya watu kufufuliwa na kuhukumiwa na Mwenyezi Mungu kwa matendo yao wakati walipokuwa hai duniani.

[97] Hizi ni istilahi za usomaji Qur'ani kwa tajwidi.

[98] Kutokana na Qur'ani, Aya ya 18 ya Sura ya Pili: "Viziwi, mabubu, vipofu. Kwa hivyo hawatarejea." Aya hii yawahusu watu wanaoambiwa maneno ya Mwenyezi Mungu, lakini wakayakataa - kwa maneno au kwa vitendo.

[99] Siku ya kufufuliwa.

[100]Hii ni Tafsiri ya Qur'ani, iliyoandikwa na Imam Zamakhshari.

[101]Hizi ni baadhi ya istilahi zitumikazo katika ilimu ya Fiqhi.

Hatupati mushtari, sisi tujapokazana
Naswbu raf'u jarri, tashididi na sukuna[102]
Mukhfi na idhhari, maarifaye hatuna
Laa-yuhibbu man-kaana, mukhtaalan-fakhuwra

Tammati nenda rasuli, hima tusije gombana
Ulitufu kwa dalili, muulize akinena
Labda kuwa si kweli, pengine huwafitina
Laa-yuhibbu man-kaana, mukhtaalan-fakhuwra

✳ ✳ ✳ ✳ ✳

INNAMAA ASHKUW BATH-THIY WAHUZNIY ILA-LLAHI[103]

Msamiati

KUSTAGHITHI	kuokoa
AGHITHNIY YAA GHIYATHI	niokoe ewe (Mwenyezi Mungu) Mwokozi
NDIWE ALIMU KHABIRI	ni wewe (Mwenyezi Mungu) Mjuzi Mwenye habari (zote)
KHALIQU KULLA HUDUTHI	(Mwenyezi Mungu) Muumbaji kila kilichoko
HULA NIKITAABATHI	hula nikifanya upuuzi
ADU'UKA YAA SAMII	nakuomba wewe (Mwenyezi Mungu) Msikiaji
QADI TWALA TALABUTHI	nimengojea; nimepitwa na wakati mrefu
LAALLA UKABUUTHI	pengine huenda nikapata
NASEMA KWA STIGHATHI	nasema ili kupata uokozi
URAHAMUYE	(Mwenyezi Mungu) unayerehemu

---

[102] Hizi ni irabu za lugha ya Kiarabu.

[103] Maneno haya yamo katika Qur'ani, Aya 86 ya Sura ya 12 (*Qaala: Innamaa ashkuwbath-thiy wahuzniy ila-Llahi wa-a'lamu minaLlahi maa laa ta'lamuwn*). Aliyasema babake Nabii Yusuf kuwaambia wanawe baada ya kumfanyia Yusuf vitimbi ili kumuondoa mbele ya macho ya babake. Maana yake ni: "Akasema: 'Hakika mimi nashitakia huzuni zangu kwa Mwenyezi Mungu, na najua kutoka kwa MwenyeziMungu msichokijua nyinyi.'"

NAMLI NA	
BARAGHUTHI	(wadudu) chungu na mbu
SHIBAYE	shibe yake
ATHATHI	vitu

Akhuwa tawaeleza, mukhtaswari hadithi
Sikuweza kunyamaza, lazima kuihadithi
Moyoni yaniunguza, sina wa kustaghithi
Innamaa ashkuw bath-thiy wa huzni ila-Llahi

Ilahi nastajiri, aghithniy yaa Ghiyathi
Ndiwe alimu khabiri, Khaliqu kulla huduthi
Ni wewe pweke Mujiri, wa dhukuri na inathi
Innamaa ashkuw bath-thiy wa huzni ila-Llahi

Rahmani wa jamii, hata na mimi khabithi
Aswi nisiyekutwii, hula nikitaabathi
Adu'uka yaa Samii, unizidishe mirathi
Innamaa ashkuw bath-thiy wa huzni ila-Llahi

Nasubiri mja wako, qadi twala talabuthi
Naomba faraji kwako, laalla ukabuuthi
Na hayano matamko, nasema kwa stighathi
Innamaa ashkuw bath-thiy wa huzni ila-Llahi

Tammati urahamuye, namli na baraghuthi
Kulla mmoja shibaye, kwa kiyasi cha khawathi
Ilahi nizidishiye, bustwani na athathi
Innamaa ashkuw bath-thiy wa huzni ila-Llahi

＊　＊　＊　＊　＊

DUNIYA HAIKO TENA!

Msamiati

ALFATIHA!	hili ni tamko linalosemwa na Waislamu wanapoambiwa wasome Sura Al– Fatiha (yaani "Alhamdu"), aghlabu kabla au baada ya kuombwa du'a
IMEKHATIMU	imefika mwisho
QADI MADHWAA	yamepita; yamekwisha
MUUMININA	waislamu
NASWARA	wakristo

YAMETABADALI	yamebadilika
MUBTADAA	mwanzo
MURSALI	mitume
TUMWA MUKHTARI	Mtume Muhammad (s.a.w.w.)
KATAWAFU	amekufa
'BUBAKARI	Sayyidna Abubakar; Khalifa wa Kwanza wa Waislamu, aliyeshika uongozi wa umma wa Waislamu (632 – 634) baada ya kufariki Mtume Muhammad katika mwaka 632
UMARI	Sayyidna 'Umar ibn Khatwaab; Khalifa wa Pili wa Waislamu (634 – 644)
UTHMANI	Sayyidna 'Uthman bin 'Affaan; Khalifa wa Tatu wa Waislamu (644 – 656)
ALIMU	hapa amekusudiwa Sayyidna 'Ali bin Abii Twaalib; Khalifa wa Nne wa Waislamu (656 – 661)
IDILI	uadilifu; haki
BULDANI	miji
ILIYOUMU	iliyoenea
DHILI	tesa
UMNAQIMU KHASIMU	umuangamize adui
FASIRI ZAKALIBIWA	Tafsiri za Qur'ani zinapotolewa
DHUU FATWINI	watu mahodari
AJAWIDI	wasomaji Qur'ani kwa tajwidi
MAQUYUDI	watu walioshikamana na ibada
LIZAMU	adhabu ya kifungo
WANAGHIBISHWA BAIDI	wanapotezwa, wanatokomezwa mbali
GHANAMU	kondoo
HIRIMU	vijana
JAHARA	bila ya kificho; wazi wazi
MAHASHUMU	waheshimiwa
LAIMU	mtu mwenye vitendo viovu
AHALI HUAUNIWA	jamaa husaidiwa
MADHLUMU	aliyedhulumiwa
DARAHIMU	pesa
MAATHAMU	madhambi
HAMBO	mji wa Hamburg, ulioko kaskazini ya Ujerumani
RUMU	Roma
WAMESTAQARI	wametulia mahali

BAHAAIMU	wanyama; watu wapumbavu
MALIKI	
DHWIRGHAMU	mfalme mkali
KUTANAAMU	kuneemeka
ANGETUNAQIMU	angetuletea nakama; angetuangamiza
ANGEZIBADHIRI	angezifuja; angeziangamiza
SAIDUMU	mji wa Sodom, ulioangamizwa kwa sababu ya wakaazi wake kupenda liwati, yaani kitendo cha watu wa jinsia moja kulalana

Alfatiha! Ammiyna, duniya imekhatimu
Hakuna thamma hakuna, bakiya hamu na ghamu
Wajinga wasioona, tawambiya kwa nudhumu
Qadi-madhwaa salamu, duniya haiko tena!

Duniya haiko tena, akhuwa mkifahamu
Huwaje muuminina, Naswara kuwahukumu?
Mujuwe kama hakuna, wanakwisha Isilamu
Qadi-madhwaa salamu, duniya haiko tena!

Mambo yametabadali, wa duniya ukadimu
Zamani yatoka mbali, mubtadaa wa Adamu
Hata wote mursali, zimekwisha zao zamu
Qadi-madhwaa salamu, duniya haiko tena!

Mwisho Tumwa Mukhtari, katawafu hakudumu
Na mwinziwe 'Bubakari, naye hakustakimu
Na maulana Umari, Uthmani na Alimu
Qadi-madhwaa salamu, duniya haiko tena!

Wako wapi Abbasiyya, na hao bin Imamu
Idili imepoteya, Madina na Qalzumu
Buldani zote piya, na bara ya Maryamu
Qadi-madhwaa salamu, duniya haiko tena!

Hii ni mwisho zamani, hao walipoadimu
Imeondoka imani, hata leo kwa ayamu
Mkitaraji Qarini, mwandikiye makhadimu
Qadi-madhwaa salamu, duniya haiko tena!

Adimu wanao dini, waswalio na swaumu
Hawajuwi masikini, dhaifu kuwakirimu
Ila wizi na kuzini, na riba iliyoumu
Qadi-madhwaa salamu, duniya haiko tena!

Na hao wanaoswali, huomba Rabbi Rahimu
Rabbi twondolee dhili, umnaqimu khasimu
Dua hazitakabali, ni adha kuu yaumu
Qadi-madhwaa salamu, duniya haiko tena!

Yatosha mnayosuwa, lenu lipate kutimu
Fasiri zakalibiwa, kwa lisani na kalamu
Wenye akili hujuwa, hubaki kutayamamu
Qadi-madhwaa salamu, duniya haiko tena!

Mashekhe dhuu fatwini, wadurusuo ilimu
Ndio walio vitini, wamuamini dhalimu
Wahukumiya kanuni, matumbo tele haramu!
Qadi-madhwaa salamu, duniya haiko tena!

Wako wapi ajawidi, mashekhe li-akramu
Kemkemu maquyudi, wamepasiwa lizamu
Wanaghibishwa baidi, wachungwa kama ghanamu
Qadi-madhwaa salamu, duniya haiko tena!

Inaondoka sitara, watazameni hirimu!
Hutoka hivi jahara, kama wanao wazimu
Wanahozi wanyapara, leo ndio mahashumu
Qadi-madhwaa salamu, duniya haiko tena

Hakuna mtu mwanawe, awezaye mlaumu
Mwanangu tunza utuwe, sikae kama laimu
Takujazi uchukiwe, ufike kwa mahakimu
Qadi-madhwaa salamu, duniya haiko tena!

Ahali huauniwa, wakakutaka qiyamu
Mume akalazimiwa, mambo yaliyo magumu
Hana atafasikhiwa, na hayo ni maalumu
Qadi-madhwaa salamu, duniya haiko tena!

Fakiri hahukumiwi, japo kuwa madhulumu
Wala baruwa hapewi, japo kwenda na madamu
Mwalimu halaumiwi, atowapo darahimu
Qadi-madhwaa salamu, duniya haiko tena!

Mambasa na Zinjibari, imezidi maathamu
Hushinda zote bandari, Ulaya, Hambo na Rumu
Wengi wamestaqari, wajinga bahaaimu
Qadi-madhwaa salamu, duniya haiko tena!

Ziwapi zamani zetu, za Maliki Dhwirghamu
Zenyi neema na vitu, raia kutanaamu
Wanaondoka wenzetu, watilkal-ayyaamu[104]
Qadi-madhwaa salamu, duniya haiko tena!

Ni duwa ya Mukhtari, kutuombeya kaumu
Dhambi zinavyokithiri, Rabbi angetunaqimu
Nchi angezibadhiri, mfano wa Saidumu
Qadi-madhwaa salamu, duniya haiko tena!

Tamma ifikishe hadi, yaa Muhyil-idhwamu[105]
Ahudhuriye Muhudi, ustakimu Wisilamu
Uondowe ufisadi, ulio Makka na Shamu
Qadi-madhwaa salamu, duniya haiko tena!

✳ ✳ ✳ ✳ ✳

YAKHE NNA HAJA NAWE

Msamiati

ILAA SHEKHE -L-MUHIBBU	kwa Shekhe mpenzi
WASWALAKA -L-KITABU	yamekufikia maandishi; imekufikia barua
SALLAMAHU -L-MANNANI	
MIN JAMII -L-HUSSADI	Mwenyezi Mungu akulinde/akunusuru na mahasidi wote
TAKUAUNI	atakusaidia
ASADI	simba
KHAIBANI	ukosefu
NASTADHAAFU	nanyongeka; naona unyonge

[104] Hiki ni kipande cha Aya ya 140 ya Sura ya 3 ya Qur'ani: ... *Watilkal-ayyaamu nudaawiluhaa baynan-naas...*; yaani "... Na siku za namna hii tunawaletea watu kwa zamu..." Katika Aya hii Mwenyezi Mungu anawakumbusha Waislamu waliopigana dhidi ya Makureshi katika Vita vya Uhud (katika mwaka 625 wa Hijra, na ambapo Waislamu walishindwa kutokana na baadhi ya wapiganaji Waislamu kwenda kinyume na maagizo waliyopewa na jamadari wao, Mtume Muhammad) kwamba majeraha na misukosuko mingine waliyoipata wakati wa vita hivyo, na maadui zao pia yamewafika hayo (katika Vita vya Badr, vilivyopiganwa mwaka mmoja kabla, na ambapo Waislamu walishinda). Yaani hivyo ndivyo maisha yalivyo: Leo kwa mwenzako, kesho kwako - mambo kwa zamu.
[105] Mwenye kuihuisha mifupa (baada ya kuchakaa), yaani Mwenyezi Mngu. Tamko hili limetumiwa katika Qur'ani. Kwa mfano katika Aya ya 78 ya Sura ya 36 (Sura Yaa-siyn), ambayo yahusiana na yule asiyeamini kwamba binadamu watafufuliwa na Mwenyezi Mungu baada ya kufa: *Wa-dhwaraba lanaa mathalan wa-nasiya khalqahuw; qaala: Man yuhyil-idhwamaa wahiya ramiym.* Yaani Mwenyezi Mungu yuwasema, "Na (mtu huyo anayekadhibisha kufufuliwa) akatupigia mfano na akasahau kuumbwa kwake (kwa manii) - akasema, 'Nani atakayeihuisha mifupa na hali imesagikasagika?"

PEPO NJEMA
MUQ-ADI   Pepo njema ya kukaa (milele)
KABIRI NA AULADI   wakubwa na wadogo
JAMII–L–HUNUDI   jamii ya Wahindi
NA KAFA WOTE
ABIDI   na viumbe wote
ALIYEFANIDI   aliyepata mambo mazuri; aliyepata faida ya mambo
AJ–WADI   watu makarimu
MIDADI   wino
SANATI THALATHA
MIYA, NA
THINAASHARA ZAIDI   zaidi ya miaka mia tatu na kumi na mbili

Ilaa Shekhe-l-muhibbu, Thiqati bin Saidi
Waswalaka-l-kitabu, fahamu bin Rashidi
Sikusahau nasabu, Jahadhmy yako jadi
Usuli ndio muradi, yakhe nna haja nawe

Sallamahu-l-Mannani, min jamii-l-hussadi
Inshallah takuauni, utishe kama asadi
Warejee khaibani, wajao kwa ufisadi
Usuli ndio muradi, yakhe nna haja nawe

Baada nakuarifu, usuli siwe na budi
Hima nastadhaafu, nakweleza makusudi
Mwito usiukhalifu, sasa hivi utarudi
Usuli ndio muradi, yakhe nna haja nawe

Salamu ni yako wewe, na rehema ya Wadudi
Na baraka uzidiwe, nakuombeya Sayyidi
Na Akhera ukatiwe, Pepo njema muq-adi
Usuli ndio muradi, yakhe nna haja nawe

Nawe usiponijiya, wanikasiri fuadi
Ninacho kichaka ghaya, kimeniudhi shadidi
Ndicho nnachokwitiya, kwa shime najitahidi
Usuli ndio muradi, yakhe nna haja nawe

Salamu alaikumu, kabiri na auladi
Sulemani na Salimu, na jamii-l-hunudi
Punja na Muki Kasimu, na kafa wote abidi
Usuli ndio muradi, yakhe nna haja nawe

Wakatabahu shairi, khaswa aliyefanidi
Alhakiri-l-fakiri, Sarahani aj-wadi
Huwa ni Bunu Matwari, hapakuwa msaidi
Usuli ndio muradi, yakhe nna haja nawe

Tarikhi nimebaini, kwa kalamu na midadi
Khamsa wa ishirini, shahari-l-mardudi
Mwezi ni wa Ramadhani, almubaaraka suudi
Usuli ndio muradi, yakhe nna haja nawe

Sanati thalatha miya, na thinaashara zaidi
Na alfu kutimiya, Hijra ya Muhammadi
Yafaa kumswaliya, swallaLlahu Ya Sayyidi
Usuli ndio muradi, yakhe nna haja nawe

* * * * *

NATAKA KISICHOLIWA

Msamiati

NIMETANAKALI	nimeondoka
MAKHLUQI	binadamu
TANABUHI YAA	
JUHULI	zinduka ewe mpumbavu
HAHILIKI	nikahiliki; nikaangamia
UMESHTELI	umeshikwa na maradhi ya baridi; umeishiwa; umeharibikiwa na mambo
NASTADHIQI	nadhikika; naona dhiki
IMENIATILI	imeniumiza; imeniathiri
DAQIQI	kinyunya
WABILLAHI	
TAUFIQI	na kuwafikiwa ni kwa Mwenyezi Mungu
ZIBAQI	shaba
KHELI	farasi
BAGHALA	nyumbu
GHURUBI	magharibi
TAKILAHIQI	nitakipokea; nitakikaribisha
AMIQI	shimo
BALAGHAMU	mate mazito yanayotoka kooni

RIQI	makohozi
TWARIQI	njia. Kwa hivyo, "tupe linalo twariqi" maana yake ni: tueleze lililo na njia; tuambie jambo la maana
MAKANI	mahali
DIMISHQI	Damascus; mji mkuu wa Syria
MAUJUDI	enye kupatikana
NIMEKIHAQIQI	nimekihakikisha
KHADHRANI	–a kijani
URUQI	majani
THIMARI	tunda/ matunda
AURAQI	majani
TURABI	mchanga
HAJARI	jiwe/ mawe
SABAA ATWIBAQI	tabaka saba
NARI	moto
HARIQI	enye kuungua; enye kuteketea
SHAJARI	mti/ miti
SABUQI	aliyesabiki; aliyetangulia
UZIARUDHI BAHARI	uzivuke bahari
BI NAHARI WA GHASAQI	kwa mchana na usiku
HANJARI	jambia
TWABAQAN AN–TWABAQI	moja juu ya jengine
AKISHASABIQI	akishatangulia
UNUQI	shingo
BEDHWA	nyeupe
STIIRAQI	uazimanaji
KUNATIQI	kusema
ALHAQIRIL-WATHIIQI	mnyonge (wako) anayetegemeka
MSINIRUFUQI	msiniepuke
JOGOO MSWIYAQI	jogoo anayewika
ASHIQI	shauku; hamu
WANIGHUSUBU	wanisema kwa vibaya
YAMETAALAQI	yamefungamana; yameshikamana; yamehusiana
NAUTWALIQI	nauachilia

NIKINAQI	nikisifu
HARUBU	vita
KA RAADI WA BARIQI	kama radi na ngurumo/umeme

Sarahani:

U mjinga Shekhe Ali, hakika nimeswadiqi
Kulla nikikusaili, jawabu haiwafiqi
Sasa nimetanakali, nakimbiya makhluqi
Niko Jabali-Shahiqi, nataka kisicholiwa

Kamange:

Tanabuhi ya juhuli, siniudhi hahiliqi
Jinga usiye akili, ukimbiyaye riziqi
Na kama umeshteli, sikiya sana shafiqi
Njoo Jazirati-Waqi, nikupe kisicholiwa

Sarahani:

Nikhubiri filhali, liakhi nastadhiqi
Njaa imeniatili, nalegeya ni daqiqi
Na vilavyo watu sili, nipa shauri rafiqi
Niko Jabali-Shahiqi, nataka kisicholiwa

Kamange:

Khubira yako kabuli, wabillahi taufiqi
Sarahani u dhalili, huna pesa ya zibaqi
Waqi hakufiki kheli, baghala wala buraqi
Njoo Jazirati-Waqi, nikupe kisicholiwa

Sarahani:

Mimi nimekitafuta, khatima nikahamaqi
Kwa kuwa sikukipata, ghurubi na mashariqi
Nambiya; japo kwa vita, kiliko takilahiqi
Niko Jabali-Shahiqi, nataka kisicholiwa

Kamange:

Kipo si cha kutafuta, kimo ndani ya amiqi
Watu hawajakichota, hakirambi shimliqi
Akilapo atajuta, kwa balaghamu na riqi
Njoo Jazirati-Waqi, nikupe kisicholiwa

Sarahani:

Kama hakipatikani, sizuwe cha unafiqi
Wala si cha ushindani, tupe linalo twariqi
Nambiya kulla makani, Dimishki na Iraqi
Niko Jabali-Shahiqi, nataka kisicholiwa

Kamange:

Ni maujudi sidhani, kiko nimekihaqiqi
Umbo lake khadhrani, mfano wa shiqriqi
Si kitu chenye majani, matawi wala uruqi
Njoo Jazirati-Waqi, nikupe kisicholiwa

Sarahani:

Huliwa zote thimari, aidha na auraqi
Na turabi na hajari, na sabaa atwibaqi
Watu hula hata nari, hali ya kuwa hariqi
Niko Jabali-Shahiqi, nataka kisicholiwa

Kamange:

Wacha tini na shajari, huko sharuti sabuqi
Uziarudhi bahari, bi nahari wa ghasaqi
Amma panga na hanjari, twabaqan an-twabaqi
Njoo Jazirati-Waqi, nikupe kisicholiwa

Sarahani:

Bikira yuwangojewa, mtu akishasabiqi
Baadaye hupokewa, wewe akakufariqi
Aula utarithiwa, ufapo na yote baqi
Niko Jabali-Shahiqi, nataka kisicholiwa

Kamange:

Ya bikira kungojewa, viumbe kutaharaqi
Kionekacho huliwa, japo kukatwa unuqi
Jicho ndilo lenye ngowa, ya shauqu na shuquqi
Njoo Jazirati-Waqi, nikupe kisicholiwa

Sarahani:

Kipi? Nitajiya jina, nakunadhiriya haqi
Na swifaye na namna, ni bedhwa ni azraqi?
Na ulipokukiona; mimi nende hafariqi
Niko Jabali-Shahiqi, nataka kisicholiwa

Kamange:

Katwa sitakupa jina, huna pesa mzandiqi!
Lihudhuri twalingana, wala humtarazaqi
Kikanzu mwasumbuwana, na vivyo stiiraqi
Njoo Jazirati-Waqi, nikupe kisicholiwa

Sarahani:

Wakatabahu maani, mjinga wa kunatiqi
Lihakiri Sarahani, kula na watu hataki
Ataka chake mpeni, ale katika handaqi
Niko Jabali-Shahiqi, nataka kisicholiwa

Kamange:

Katabahul-bayaani, alhaqiril-wathiiqi
Alfaqiri kwa Dayani, kwenu msinirufuqi
Msuka na Mkowani, ni jogoo mswiyaqi
Njoo Jazirati-Waqi, nikupe kisicholiwa

Sarahani:

Tamma nataka jawabu, yaniangusha ashiqi
Na watu wanighusubu, yote yametaalaqi
Akujazi li-thawabu, nondowa hamu swadiqi
Niko Jabali-Shahiqi, nataka kisicholiwa

Kamange:

Tammati hilo jawabu, ulimi nautwaliqi
Maneno sikuharibu, nimetunga nikinaqi
Haishi yetu harubu, ka raadi wa bariqi
Njoo Jazirati-Waqi, nikupe kisicholiwa

* * * * *

MLANGILANGI NA MKADI[106]

Msamiati

NENDA MAJI KWA MATANGI	ninakwenda kuchota au kuteka maji kwa wingi
RIHIYE	harufu yake (nzuri)
MATUWA	matuta
MUHANUNI	aina ya maua
MANQUDI	hutiwa kasoro
NAATUNDE	naachume
SHATI USIKU LAILI	sharti/ mpaka usiku sana
TUMBAYE	tumba yake
ZENGELI	pori; msitu
HUSTAKIDHI MURADI	hukidhi haja; hutimiza haja
MAJURA	wapumbavu; wajinga
AGONJWAE	anayekuwa mgonjwa; auguaye
DUM	daima

Sarahani:

Napata mlangilangi, acha moyo utuliye
Fufuni na hadi Ungi, hapana aupataye
Nenda maji kwa matangi, mwenyewe niutiliye
Mlangilangi rihiye, unafadhili mauwa

---

[106] Amenieleza Bwana Matwar bin Sarahani kwamba babake alipolitunga shairi hili hakudhani kuwa atatokea mtu alijibu. Na washairi wote wakubwa waliokuwako wakati huo hawakulijibu, kama alivyotarajia Sarahani. Lakini mwanafunzi mashuhuri wa Sarahani, Mswanifu bin Athmani, akalijibu. Yasemekana kwamba kitendo hiki kilimkasirisha sana Sarahani; naye akamwita Mswanifu nyumbani kwake. Alipokuja, akamkaripia sana na kumuonya kwamba asifanye tena jeuri za namna hii, kwa sababu yeye Sarahani ni babake mlezi, na ni mwalimu wake na shekhe lake. Kwa hivyo haimstahilii Mswanifu kuingia ugani na kucheza ngoma na babake. Hatimaye, Mswanifu aliangukia na kuomba mswamaha. Sarahani akamswamehe, na uhusiano wao ukaendelea kama kawaida. *(Abdurrahman Saggaf Alawy)*

Mswanifu:

Muhibu mlangilangi, sikuuona sifaye
Harufu hata si nyingi, ni kiyasi kadiriye
Rihi afadhali yungu, kwa mtu achagawaye
Mkadi bora rihiye, hushinda mauwa yote

Sarahani:

Yashinda yote mauwa, unabakiya pekeye
Miafu nimeing'owa, sipendi kwangu ikaye
Bure kuweka matuwa, mara hwisha harufuye
Mlangilangi rihiye, unafadhili mauwa

Mswanifu:

Haukushinda mauwa, kwa rihi wala suraye
Mkadi kufadhiliwa, mtu nashindana naye
Hikaya ukivaliwa, hutwibu asikiyaye
Mkadi bora rihiye, hushinda mauwa yote

Sarahani:

Si mkadi si rihani, mtu asinitajiye
U sawa na muhanuni, manqudi avaaye
Labda wa Micheweni, kwa kujaliza ndeweye
Mlangilangi rihiye, unafadhili mauwa

Mswanifu:

Utungiwapo rihani, huwa ni bora rihiye
Daliya na zafarani, kidogo atojezeye
Japo kongwe la zamani, hutwibika maradhiye
Mkadi bora rihiye, hushinda mauwa yote

Sarahani:

Mkilwa usifiwao, si kweli usisikiye
Huamsha walalao, hutajwa kwa bahatiye
Kwa mimi ni radhi nao, naatunde atakaye
Mlangilangi rihiye, unafadhili mauwa

Mswanifu:

Hata mpesi mkao, umefanana milaye
Hudhani wasema ndio, kwa harufu na haliye
Mauwa ya mti huo, sisi usitusifiye
Mkadi bora rihiye, hushinda mauwa yote

Sarahani:

Mauwa ya mshembeli, ila yake niwambiye
Shati usiku laili, shuwari kusipepeye
Kukicha huwa batwili, ni lazima ulegeye
Mlangilangi rihiye, unafadhili mauwa

Mswanifu:

Mkadi umefadhili, sifa rihi usikiye
Kwa kukutowa akili, kiifumbuwa tumbaye
Huwa katika zengeli, hupenda ufuwatiye
Mkadi bora rihiye, hushinda mauwa yote

Sarahani:

Yasimini na waridi, yana ila ajuwaye
Harufu yake baridi, sharuti ukurubiye
Na utakapo zaidi, afadhali marashiye
Mlangilangi rihiye, unafadhili mauwa

Mswanifu:

Amma rihi ya mkadi, japo kuwa mtu siye
Hustakidhi muradi, kuitwibu nafsiye
Kwa kunuka ni ashaddi, awali na akhiriye
Mkadi bora rihiye, hushinda mauwa yote

Sarahani:

Uwa la mchungwa bora, watu wasema; si miye
Ni baadhi ya majura, si mtu na akiliye
Kwa kulla mtu fukara, hukirimu kwa mbogaye
Mlangilangi rihiye, unafadhili mauwa

Mswanifu:

Wajuwa mauwa bora, lakini ndiyo kiweye
Mkadi hauna jora, mengine usinambiye

Harufu haishi mara, haichuki asiliye
Mkadi bora rihiye, hushinda mauwa yote

Sarahani:

Wangapi wataradadi, waitafuta mbeguye
Hawajakidhi muradi, hupata ajaliwaye
Mwenye hadhi na suudi, kama Khamisi na miye
Mlangilangi rihiye, unafadhili mauwa

Mswanifu:

Ambao wataradadi, wambiye waje watwaye
Kwangu miye maujudi, nitampa atakaye
Naihamisha kusudi, shamba isinifujiye
Mkadi bora rihiye, hushinda mauwa yote

Sarahani:

Amma liwapo nyumbani, moja liso zaidiye
Ukumbini na chumbani, hughasi kulla ajaye
"Dada ni mafuta gani, unigawiye na miye?"
Mlangilangi rihiye, unafadhili mauwa

Mswanifu:

Muhibu wasema nini, afadhali unyamaye!
Mkadi huwa mwituni, asiwe auonaye
Na apitaye njiyani, takuwa kimayemaye
Mkadi bora rihiye, hushinda mauwa yote

Sarahani:

Amma naliwe kichwani, nyweleni likaukiye
Lisukiwe behedani, alifunike bibiye
Suuri na zafarani, humpoza agonjwaye
Mlangilangi rihiye, unafadhili mauwa

Mswanifu:

Auvaapo shingoni, mpenzi umpendaye
Suluti na behedani, humpoza agonjwaye
Huwa arusi yakini, kuimba na hoye hoye
Mkadi bora rihiye, hushinda mauwa yote

Sarahani:

Taukimu mti wangu, dum niupaliliye
Ahadi umri wangu, wala nisiondokeye
Japosema walimwengu, hasikii apendaye
Mlangilangi rihiye, unafadhili mauwa

Mswanifu:

Mti huo miye kwangu, wala sinihadithiye
Mimi na mkadi wangu, naona manufaaye
Hunondokeya uchungu, hufurahi anunaye
Mkadi bora rihiye, hushinda mauwa yote

Sarahani:

Tamati sitaondoka, watu wasikaribiye
Tapanda nikijipaka, hichezeya matawiye
Msikiye nikinuka, mahasidi wadodeye
Mlangilangi rihiye, unafadhili mauwa

Mswanifu:

Tamma nakupa hakika, wala yasikuchukiye
Mlangilangi wanuka, lakini usikawiye
Mkadi japo kauka, ndiyo kwanza unukiye!
Mkadi bora rihiye, hushinda mauwa yote

✳ ✳ ✳ ✳ ✳

ITATUSWAMEHE DOLA

Msamiati

AULA	bora
QILA WA QALA	kauli dhaifu na kauli thabiti
KUTUANIDI	kutuonea
SINATIYA QILA	sitii qila
WAKALA	wakili
KWA NISAI NA RIJALI	kwa wanawake na wanaume
WAZALA	wavyele; wazee
SIJAPO NAWE UMILI	usije na wewe ukategemea (upande mmoja/ upande huo)

IJLALA	utukufu
RAJUWA	matarajio
AKTHARI WALA QILA	wingi wala uchache
ZIMETUGHUMISHA	zimetuelemea
KUJIFUNGISHA DHALALA	kujifungisha (gerezani^) bure bure
KUJIHILIKISHA	kujiangamiza
KAFALA	matako (Kwa hivyo, "wakafuwata kafala" maana yake ni "wakawa nyuma na wakafuata watu"
KORA	vipimo vya kupimia ardhi
ANWA CHAI	anakunywa chai
WENYE WA USINGIZINI	wenyewe wako usingizini; wenyewe wamelala
KUBARAI-DHIL'ULA	wakuu wenye utukufu
SAHALA	wepesi; rahisi
WANA ASAA NA LAALA	wana matarajio
KULLA PENYE MARHALA	kila penye misafara
MUQABALA	yaliyoko mbele; yaliyoko wakati ujao; yanayokabili
ZITATUDURU	zitatuzunguka
MAKUSURU	mafupisho
NI LAGHA ZAO JUHALA	ni hila zao wapumbavu
SATTARA	Mwenyezi Mungu Anayesitiri (viumbe Vyake)
NA JAMII MURSALA	na mitume wote

Bahamadi:

Nasoro bin Saidi, kukwambiya ni aula
Mtego utatubidi, tutakamatwa ghafula
Na hayo ni maujudi, kiumbe hufa kwa kula
Wengi tutakwenda jela, kwa fedha ya sirikali

Sarahani:

Liazizi Muhamadi, ya nini qila wa qala?
Wenzio kutuanidi, na kudhani una fila
Wafurahi kwa hasidi, nduguzo twenenda jela
Itatuswamehe dola, na heba ya sirikali

Bahamadi:

Kwa fedha ya sirikali, sasa sinatiya qila
Mngereza hakubali, japo kwenda na wakala
Askari wa dalili, wenenda kulla mahala
Wengi tutakwenda jela, kwa fedha ya sirikali

Sarahani:

Tatuhifadhi Jalali, kwa hula na muajala
Kwa nisai na rijali, wasema kweli wazala
Sijapo nawe kumili, ukenda kwa muamala
Itatuswamehe dola, na heba ya sirikali

Bahamadi:

Mwaka jana zilitoka, hapakuwa na muhula
Saidiya wameweka, muradi wao ni ghila
Hisabu tukapeleka, isitoke moja ila
Wengi tutakwenda jela, kwa fedha ya sirikali

Sarahani:

Saidiya kupeleka, mkafa na ijlala
Si kwa rajuwa kutaka, akthari wala qila
Kadhiya ikitufika, hapatakuwa na hila
Itatuswamehe dola, na heba ya sirikali

Bahamadi:

Mwaka huu twazidisha, ili tupate fadhila
Fedha zimetughumisha, kujifungisha dhalala
Bure kujihilikisha, kitu bora kwa sahala
Wengi tutakwenda jela, kwa fedha ya sirikali

Sarahani:

Maana ya kuzidisha, fedha zi tele maghala
Sirikali kutulisha, ni shariya hata mila
Na atayehilikisha, ni mtu msi jaala
Itatuswamehe dola, na heba ya sirikali

Bahamadi:

Mwenye mashina miteni, hutaja yuna jumla
Na wengine masikini, hawana hata mbula
Wakajitiya kundini, wakafuwata kafala
Wengi tutakwenda jela, kwa fedha ya sirikali

Sarahani:

Mwenye kora miateni, hakuleta tafswila
Alitaja alfeni, anywa chai kwa vanila
Wenye wa usingizini, sasa wajuta kulala
Itatuswamehe dola, na heba ya sirikali

Bahamadi:

Mashamba yahisabiwa, Machengwe hadi Sifala
Sajini kaamriwa, asitumize risala
Leo wako Tundauwa, na kesho waja Bungala
Wengi tutakwenda jela, kwa fedha ya sirikali

Sarahani:

Sijapo kuhisabiwa, taratibu na muwala
Naksi itazidiwa, ikamilike kamila
Si kweli kufedhehewa, kubarai-dhil'ula
Itatuswamehe dola, kwa fedha ya sirikali

Bahamadi:

Muhamadi na Afandi, wako bara za Bungala
Makuwe hadi Kilindi, hawatumizi risala
Tamaa ya Bara Hindi, kwenda zake Karbala
Wengi tutakwenda jela, kwa fedha ya sirikali

Sarahani:

Muhamadi na Afandi, wacha hao ni sahala
Hawendi kwa ufisadi, wana asaa na laala
Ni watu wenye miadi, kulla penye marhala
Itatuswamehe dola, na heba ya sirikali

Bahamadi:

Kaditama tunusuru, Subhana wa Taala
Naona yatatudhuru, yanakuwa maqabala
Akili zitatuduru, huwezi kula chakula
Wengi tutakwenda jela, kwa fedha ya sirikali

Sarahani:

Tamati si makusuru, waadhi na tamthila
Hili si la kutudhuru, ni lagha zao juhala
Tuaminipo Sattaru, na jamii mursala
Itatuswamehe dola, na heba ya sirikali